ഗ്രീൻ ബുക്സ്
മൈക്കലാഞ്ജലോയുടെ നാട്ടിലൂടെ
കെ.എ. ഫ്രാൻസിസ്

തൃശൂർ ചിറയ്ക്കൽ കുറുമ്പിലാവിൽ ജനനം. കേരള ലളിതകലാ അക്കാദമി ചെയർമാൻ, വിവിധ സർവകലാശാലകളുടെ ബോർഡ് ഓഫ് സ്റ്റഡീസിൽ അംഗം, മലയാള സർവകലാശാല നിർവാഹകസമിതി അംഗം, സൗത്ത് സോൺ കൾച്ചറൽ സെന്റർ (തഞ്ചാവൂർ) നിർവാഹക സമിതി അംഗം, കേരള ചിത്രകലാപരിഷത്ത് പ്രസിഡന്റ് എന്നീ നിലകളിൽ പ്രവർത്തിച്ചിട്ടുണ്ട്. സഞ്ചാരസാഹിത്യത്തിലുള്ള കേരള സാഹിത്യ അക്കാദമി അവാർഡ്, പ്രകൃതി ചിത്രത്തിനുള്ള കേരള ലളിതകലാ അക്കാദമിയുടെ സുവർണമുദ്ര, മലയാള പത്രസംവിധാനത്തിനുള്ള പ്രഥമ ദേശീയ അവാർഡ് തുടങ്ങി നിരവധി പുരസ്കാരങ്ങളും ലഭിച്ചിട്ടുണ്ട്. പഠനം, സഞ്ചാരസാഹിത്യം, വ്യക്തിത്വവികാസം, ജീവചരിത്രം എന്നീ വിഭാഗങ്ങളിൽ ഗ്രന്ഥങ്ങൾ രചിച്ചിട്ടുണ്ട്. ഇപ്പോൾ മനോരമ ആഴ്ചപ്പതിപ്പ് എഡിറ്റർ ഇൻ ചാർജ്.

**ഗ്രീൻ ബുക്സ് പ്രസിദ്ധീകരിച്ച
ഗ്രന്ഥകർത്താവിന്റെ ഇതര കൃതി**

ഫ്രാൻസിസ് മാർപാപ്പ റോമിലേക്കു വിളിക്കുന്നു
(യാത്രാവിവരണം)

യാത്രാവിവരണം

മൈക്കലാഞ്ജലോയുടെ നാട്ടിലൂടെ

കെ.എ. ഫ്രാൻസിസ്

ഗ്രീൻ ബുക്സ്

green books private limited
gb building, civil lane road, ayyanthole,
thrissur- 680 003, kerala, ph: +91 487-2381066, 2381039
website: www.greenbooksindia.com
e-mail: info@greenbooksindia.com

malayalam
michelangeloyute nattiloote
travelouge
by
k.a. francis

first published november 2017
copyright reserved

cover design : rajesh chalode
cover photo : scaliger/istockphoto

branches:
thrissur 0487-2422515
palakkad 0491-2546162
kannur 0497-2763038
thiruvananthapuram 8589095301

isbn : 978-93-87331-23-5

no part of this publication may be reproduced,
or transmitted in any form or by any means,
without prior written permission of the publisher.

GBPL/978/2017

മുഖക്കുറി

ആകാശത്തെ തേജോമയമാക്കുന്ന ഫ്ളോറൻസിലെ ദേവാലയങ്ങളുടെ ഗാംഭീര്യം, ശില്പചിത്ര കലവറകൾ, കാഴ്ചബംഗ്ലാവുകൾ, മ്യൂസിയങ്ങൾ, സഞ്ചാരികൾക്ക് അവിസ്മരണീയമായ സഞ്ചാരാനുഭൂതികൾ നൽകുന്നു. ഫ്ളോറൻസിനെക്കുറിച്ചുള്ള അറിവുകൾ നൽകുന്ന ഒരു കാഴ്ചപുസ്തകം.

കൃഷ്ണദാസ്
മാനേജിങ് എഡിറ്റർ

ഒന്ന്

ലോകം കണ്ട ഏറ്റവും വലിയ കലാകാരനായ മൈക്കലാഞ്ജലോയുടെ നാടാണ് ഫ്ളോറൻസ്. ഇറ്റലിയിലെ ഈ കലാനഗരത്തിലെ കണ്ണഞ്ചിപ്പിക്കുന്ന കൗതുകക്കാഴ്ചകളിലേക്കാണ് ഈ പുസ്തകം വായനക്കാരെ കൈപിടിച്ചു നടത്തുന്നത്. കലയുടെ കലവറയായ ഈ നഗരം നിറയെ മ്യൂസിയങ്ങളും പ്രദർശനശാലകളുമാണ്.

മൈക്കലാഞ്ജലോയുടെ പ്രധാന സൃഷ്ടികൾ റോമിലാണെങ്കിലും ലോകപ്രശസ്തമായ പല കലാശില്പങ്ങളും ഫ്ളോറൻസിൽത്തന്നെയുണ്ട്. അക്കൂട്ടത്തിൽ ഏറ്റവും ശ്രദ്ധേയമാണ് മഡോണയും കുഞ്ഞും. ഫ്ളോറൻസിലെ നാഷണൽ മ്യൂസിയത്തിൽ പോയാൽ മനോഹരമായ ആ ശില്പം കാണാം.

യേശുവിന്റെ മാതാവിനെ ഇറ്റലിക്കാർ മഡോണ എന്നാണു വിശേഷിപ്പിക്കുന്നത്. ഒരു സ്ത്രീയെ സംബോധന ചെയ്യുന്നതിനുള്ള പുരാതന ഇറ്റാലിയൻ രീതിയാണത്. മാതാവിന്റെ മുട്ടിലേക്കു കുനിഞ്ഞു നിൽക്കുന്ന കുഞ്ഞിന്റെ രൂപം അവർ തമ്മിലുള്ള സ്നേഹത്തെ ആവിഷ്കരിക്കുന്നു. ശിരസ്സിൽ കിരീടം പോലുള്ള വസ്ത്രം അണിഞ്ഞിരിക്കുന്ന മാതാവ് ഒരു രാജ്ഞിയെപോലെ ശോഭിക്കുന്നു. മടിയിലിരിക്കുന്ന പുസ്തകം നോക്കി അവർ വായിക്കുകയാണ്. അതൊരു അക്ഷരശില്പമായി ഉപമിക്കുന്നവരുമുണ്ട്.

അമ്മ വായിക്കുന്നതു കേട്ട് അദ്ഭുതപ്പെട്ടിരിക്കുന്ന കുഞ്ഞ് തന്റെ കുഞ്ഞിക്കൈകൊണ്ട് താടി താങ്ങുകയാണ്. തുറന്നുവച്ചിരിക്കുന്ന പുസ്തകത്തിനു നേർക്ക് തോൾ ചായ്ച്ചാണ് കുഞ്ഞ് ഇരിക്കുന്നത്. മൈക്കലാഞ്ജലോയുടെ ഈ ശില്പം സൂക്ഷിച്ചുനോക്കിയാൽ അത് അപൂർണമാണെന്നു കാണാം. മാർബിളിന്റെ ഉപരിതലത്തിലെ ഉളിപ്പാടുകൾ അതേപോലെ തന്നെയുണ്ട്. യേശുവിന്റെ രൂപവും പൂർണമല്ല. വലതു കൈ അവ്യക്തമായി കാണിക്കുകയേ ചെയ്തിട്ടുള്ളൂ. തന്റെ സൃഷ്ടി പരിപൂർണ്ണമാക്കുന്നതിൽ മൈക്കലാഞ്ജലോ വേണ്ടത്ര ശ്രദ്ധിച്ചിരുന്നില്ലെന്ന് മറ്റു ശില്പങ്ങളിൽനിന്നു മനസ്സിലാക്കാം. ശില്പത്തിന്റെ പൂർണതയിലല്ല, അദ്ദേഹം എന്തു ചെയ്യാൻ ഉദ്ദേശിച്ചു എന്നതാണ് പ്രധാനം. അദ്ദേഹം അത് വ്യക്തമാക്കുകയും ചെയ്തിരിക്കുന്നു.

മഹാനായ ശില്പി ഈ ശില്പത്തിന്റെ വിശദാംശങ്ങളിലേക്കു പോകാതെ അവ കാഴ്ചക്കാരന്റെ ഭാവനയ്ക്കു വിട്ടിരിക്കുകയാണ്. 1491ൽ ആണ് ഈ ശില്പം പണിതീർത്തത്.

ഫ്ളോറൻസിലെ ഫൈൻആർട്സ് അക്കാദമിയിലാണ് ദാവീദിന്റെ മാർബിൾ ശില്പം. പലസ്തീനിൽ ആടുകളെ പരിപാലിച്ചു നടന്ന കഥയിലെ ദാവീദ് തന്നെയാണത്. ആ രാജ്യത്തിന്റെ കരുത്തനായ യോദ്ധാവായിരുന്നു ദാവീദ്. പലസ്തീനിന്റെ ശത്രുരാജ്യമായ ഫിലിസ്റ്റീനിലെ അപാരശക്തനായിരുന്ന ഗോലിയാത്തിനെ ദാവീദ് തോല്പിച്ച വീരകഥയാണ് ശില്പത്തിനു പിന്നിലെ ചേതോവികാരം.

പത്തടിയിലേറെ ഉയരമുണ്ടായിരുന്ന ഗോലിയാത്ത് കാഴ്ചയ്ക്ക് ഒരു രാക്ഷസൻ തന്നെയായിരുന്നു. ആയുധങ്ങളും കൈയിൽ കൊണ്ടു നടന്നു. ഗോലിയാത്ത് ആയുധങ്ങളുമായി ദാവീദിനു നേരെ വന്നു. ദാവീദ് സഞ്ചിയിൽനിന്ന് ഒരു കല്ലെടുത്ത് ഒരു കവണയിൽ വച്ച് എറിഞ്ഞു. ഗോലിയാത്തിന്റെ നെറ്റി തകർത്ത് ആ കല്ല് തലയ്ക്കകത്തേക്കു കയറി. ഗോലിയാത്ത് പിടഞ്ഞു വീണു. ഗോലിയാത്തിന്റെ തന്നെ വാളെടുത്ത് ദാവീദ് അവന്റെ ശിരസ്സറുത്തു.

കരുത്തിന്റെ പ്രതീകമായ ആ ശില്പത്തിന്റെ തൂക്കിയിട്ടിരിക്കുന്ന വലതുകൈയിൽ മരക്കഷ്ണവും തോളിലേക്കു മടക്കിയ ഇടതുകൈയിൽ കല്ലുമുണ്ട്. ശത്രുവിനെ തകർക്കാനുള്ള മർമ്മം നോക്കിയാണ് ദാവീദിന്റെ നില്പ്. ഉറച്ച വിശ്വാസവും ആ മുഖത്ത് പ്രകാശിക്കുന്നു. അക്കാലത്തെ യുവാവായ ഒരാട്ടിടയനെ മാതൃകയാക്കിയാണ് മൈക്കലാഞ്ജലോ ശില്പം നിർമ്മിച്ചത്. ലോകം മുഴുവൻ ആ ശില്പത്തിന്റെ മഹത്ത്വത്തെ വാഴ്ത്തുന്നു.

ഫ്ളോറൻസിലെ തന്നെ ഉഫീസി ഗാലറിയിലുള്ള തിരുകുടുംബം (The Holy Family) ശ്രേഷ്ഠമായ ഒരു എണ്ണച്ഛായാചിത്രമാണ്. ചിത്രം വരയ്ക്കാനാണ് മൈക്കലാഞ്ജലോ ആദ്യം പഠിച്ചത്. ഉണ്ണി ഈശോയുടെ കുടുംബജീവിതമാണു ചിത്രീകരിച്ചിരിക്കുന്നത്. നിലത്തിരിക്കുന്ന അമ്മ, പിതാവായ ജോസഫിന്റെ കൈകളിലേക്ക് ഉണ്ണി ഈശോയെ ഉയർത്തിക്കൊടുക്കുന്നതാണ് ചിത്രം. അമ്മ സുന്ദരിയാണ്. ആരോഗ്യവാനായ കുഞ്ഞിന്റെ മുഖത്ത് സന്തോഷം കളിയാടുന്നു. കഷണ്ടി കയറിയ നരച്ച മുടിക്കാരനായാണ് ജോസഫിനെ ചിത്രീകരിച്ചിരിക്കുന്നത്. ജോസഫ് സൂക്ഷ്മതയോടെ കുഞ്ഞിനെ അമ്മയുടെ കൈയിൽനിന്ന് ഏറ്റുവാങ്ങുന്നതായി കാണാം.

ഫ്ളോറൻസിലെ സെന്റ് ലോറൻസൊ പള്ളിയിലാണ് ലോറൻസൊ ഡി മെഡിസി (Lorenzo De'Medici) ശില്പം വച്ചിരിക്കുന്നത്. തലമുറകളായി മെഡിസി കുടുംബം ഫ്ളോറൻസിലെ ഏറ്റവും ധനികരും ഭരണാധികാരികളുമായിരുന്നു. കലാരംഗത്തും സാംസ്കാരികരംഗത്തും അവർ ഫ്ളോറൻസിൽ ഒട്ടേറെ പരിഷ്കാരങ്ങൾ നടപ്പിൽ വരുത്തി. ശില്പത്തിലെ ലോറൻസൊ ഡി മെഡിസി പിതാമഹന്മാരെ പോലെ

ഗിലിയാനൊ ഡി മെഡിസിയുടെ ശവകുടീരം

പ്രശസ്തനായിരുന്നില്ല. ഫ്രഞ്ച് രാജകുമാരിയെ വിവാഹം ചെയ്ത അദ്ദേഹത്തിന്റെ മകൾ പിന്നീട് ഹെൻറി രണ്ടാമൻ ഫ്രഞ്ച് രാജാവിന്റെ രാജ്ഞിയായി. പുരികത്തിലേക്കു ചാഞ്ഞു വീണ ശിരോകവചവും കുനിഞ്ഞ ശിരസ്സുമാണ് ശില്പത്തിനുള്ളത്. ഇടതുകൈകൊണ്ട് താടി താങ്ങിയിരിക്കുന്നു. വിരലുകൾ ചുണ്ടിൽ തൊട്ട് ചിന്തിച്ചിരിക്കുന്ന ഭാവത്തിലാണ് ശില്പം. വലതുകൈ നീട്ടി മുട്ടിൽ കൈപ്പത്തി തിരിച്ചു വച്ചിരിക്കുന്നു.

ഫ്ളോറൻസിലെ ഇതേ പള്ളിയിലാണ് ഗിലിയാനൊ ഡി മെഡിസിയുടെ ശവകുടീരം (Tomb of Giuloano De'Medici). സെന്റ് ലോറൻസൊ പള്ളിയിലെ അൾത്താരയുടെ എതിർവശത്താണ് ഈ ശവകുടീരം. മെഡിസി കുടുംബത്തിലെ പ്രശസ്തരിൽ ഒരാളായിരുന്നു നെമൗസ് ഡ്യൂക്കായിരുന്ന ഗിലിയാനൊ ഡി മെഡിസി. ഭരണാധികാരിയെന്നതുപോലെ ചിന്തകനും കവിയുമായിരുന്നു അദ്ദേഹം. റോമൻ ജനറലിന്റെ വേഷങ്ങളാണ് അദ്ദേഹം ധരിച്ചിരുന്നത്. ഗിലിയാനൊ ഡി'മെഡിസിയുടെ ശില്പത്തിന് മോശയുടെ ശില്പത്തോട് ധാരാളം സാമ്യങ്ങളുണ്ട്. രണ്ടുപേരും ഒരേ പോലെയാണ് ഇരിക്കുന്നത്. രണ്ടുപേരും ഇടതുവശത്തേക്കു നോക്കുകയും ചെയ്യുന്നു.

ഗിലിയാനൊ ഡി മെഡിസിയുടെ ശില്പത്തിനു താഴെ രാത്രിയേയും പകലിനെയും പ്രതിനിധീകരിക്കുന്ന രണ്ടു ശില്പങ്ങൾ വേറെയുമുണ്ട്. രാത്രിയെ പ്രതിനിധീകരിക്കുന്ന സ്ത്രീ പ്രതിമ തല നെഞ്ചിലേക്കു താഴ്ത്തി നല്ല ഉറക്കത്തിലാണ്. ചന്ദ്രനും നക്ഷത്രവുമുള്ള ഒരു കിരീടം അതിന്റെ ശിരസ്സിൽ കാണാം. കാലിൽ ഒരു മൂങ്ങയേയും വച്ചിരിക്കുന്നു. എതിർവശത്തുള്ള പകലിന്റെ പ്രതിമ അപൂർണമെങ്കിലും തല ഉയർത്തിപ്പിടിച്ചിരിക്കുന്നു.

അഞ്ചു നൂറ്റാണ്ടിനു മുൻപായിരുന്നു മൈക്കലാഞ്ജലോയുടെ ജനനം. കുപ്രീസ് എന്ന കൊച്ചു പട്ടണത്തിൽ ലുഡോവിക്കോ ബ്യുവനോരിട്ടിയുടെ പുത്രനായി 1474 മാർച്ച് ആറിനു ഞായറാഴ്ച വൈകിട്ട് എട്ടു മണിക്കായിരുന്നു ആ പിറവി. അക്കാലത്ത് ലുഡോവിക്കോ അവിടത്തെ ന്യായാധിപനായിരുന്നു. താമസിയാതെ ലുഡോവിക്കോ, നഗരത്തിൽ നിന്ന് ഏതാനും കിലോമീറ്ററകലെയുള്ള ഗ്രാമത്തിലേക്കു താമസം മാറ്റി. കരിങ്കൽ മടകൾ നിറഞ്ഞ ആ പ്രദേശം പാറ പൊട്ടിക്കുന്നവരുടെയും കല്ലിൽ ശില്പം കൊത്തുന്നവരുടെയും താമസകേന്ദ്രമായിരുന്നു. അമ്മ രോഗിയായതിനാൽ ലുഡോവിക്കോ മകൻ മൈക്കലിനെ നോക്കാൻ ഒരു കല്ലുവെട്ടുകാരന്റെ കുടുംബത്തെ ഏല്പിച്ചു. മാർബിൾ കല്ലുകളും വെട്ടുളികളുമായി മൈക്കലിന്റെ കളിപ്പാട്ടങ്ങൾ. കല്ലുവെട്ടുന്നതിന്റെയും ശില്പം കൊത്തുന്നതിന്റെയും ശബ്ദം കേട്ടാണ് ആ കുട്ടി വളർന്നത്. തന്റെ കുട്ടിക്കാലത്തെപ്പറ്റി മൈക്കലാഞ്ജലോ തന്നെ പറയാറുള്ള ഒരു വാചകം കടമെടുത്തു പറയാം: 'കല്ലുവെട്ടുകാരന്റെ ഭാര്യയുടെ മുലപ്പാലിലൂടെയാകാം ശില്പകല എന്നിൽ വളർന്നത്.'

മൈക്കലിന് ആറു വയസ്സുള്ളപ്പോൾ അമ്മ മരിച്ചു. പത്താം വയസ്സിലാണു പിതാവിനൊപ്പം അദ്ദേഹം ഫ്ളോറൻസ് നഗരത്തിലേക്കു താമസം മാറുന്നത്. പഠനത്തിൽ യാതൊരു താത്പര്യവുമില്ലായിരുന്നു. കലാകാരന്മാരായ ഗിർലാന്റോ സഹോദരന്മാരുടെ സ്റ്റുഡിയോയിൽ പതിന്നാലാം വയസ്സിൽ പെയിന്റിങ് പരിശീലനത്തിനു ചേർന്നു. ഫ്ളോറൻസിന്റെ കലാസംരംഭകരെ എക്കാലത്തും പ്രോത്സാഹിപ്പിച്ചിരുന്ന മെഡിസ് കുടുംബത്തിലെ ലോറൻസൊ പ്രഭുവാണ് മൈക്കലാഞ്ജലോയിലെ മഹാനായ ശില്പിയെ കണ്ടെത്തിയതെന്നു പറയാം. മുറിഞ്ഞ മൂക്കുമായി ചിരിക്കുന്ന പഴയൊരു ശില്പം പ്രഭുവിന്റെ പൂന്തോട്ടത്തിലുണ്ടായിരുന്നു. ആ രൂപം നോക്കി മൈക്കൽ പുതിയൊരു മാർബിൾ ശില്പം കൊത്താൻ തുടങ്ങി.

തുറന്ന വായിൽ നിറയെ പല്ലുകളുള്ള ശില്പം കണ്ട പ്രഭു മൈക്കലിനെ കളിയാക്കിക്കൊണ്ടു തമാശയായി പറഞ്ഞു: "ഇത്രയും പ്രായമുള്ള ഇയാളുടെ ഒരു പല്ലുപോലും പോയില്ലല്ലോ."

പ്രഭു തിരിച്ച് ആ വഴി വരുമ്പോഴേക്കും ശില്പി ആ പല്ലെല്ലാം തട്ടിമാറ്റിയിരുന്നു. മുഖം നിറയെ വാർധക്യത്തിന്റെ ചുളിവുകളുമായി ആ ശില്പം മോണ കാട്ടി ചിരിക്കുന്നു - ലോറൻസ് പ്രഭു ആ കലാകാരനെ കെട്ടിപ്പുണർന്ന് അഭിനന്ദിച്ചു. മൈക്കലിന്റെ പിതാവിനെ വിളിച്ചുവരുത്തി പ്രഭു പറഞ്ഞു: "അങ്ങയുടെ പുത്രനെ എന്റെ മകനായി വളർത്താൻ അനുവദിക്കണം."

അതോടെ മൈക്കലിന്റെ താമസം കൊട്ടാരത്തിലായി. പ്രഭുകുമാരന്മാർ ധരിക്കുന്ന വസ്ത്രങ്ങളണിഞ്ഞ് വിശിഷ്ട വിഭവങ്ങൾ ആസ്വദിച്ച് സന്തോഷത്തോടെ പുതിയ ജീവിതം തുടങ്ങി. സാഹിത്യം, വേദാന്തം എന്നിവയിൽ താത്പര്യമുണ്ടായത് ഈ കൊട്ടാരവാസത്തിന്നിടയിലാണ്. അവിടെ എപ്പോഴും പണ്ഡിത സദസ്സുകൾ കൂടുമായിരുന്നു.

ലോറൻസ് പ്രഭു മരിക്കുന്നതുവരെയുള്ള നാലു വർഷം മൈക്കൽ കൊട്ടാരത്തിൽത്തന്നെയായിരുന്നു താമസം. അദ്ദേഹത്തിന്റെ മരണശേഷം താമസം പിതാവിന്റെ ഭവനത്തിലേക്കു മാറ്റി.

ലോറൻസൊ പ്രഭുവിന്റെ മൂത്തപുത്രനായി അടുത്ത പ്രഭു. പീറോ പ്രഭുവിനു വേണ്ടി ഒട്ടേറെ ശില്പങ്ങൾ മൈക്കൽ ചെയ്യാൻ തുടങ്ങി. ഇതിനിടെ പ്രഭുവിനെതിരായി ഫ്ളോറൻസ് ജനത. പ്രഭുവിനൊപ്പം മൈക്കലിനും ആ നാട്ടിൽനിന്നു പലായനം ചെയ്യേണ്ടി വന്നു. താമസിയാതെ മെഡിസി കുടുംബം ഫ്ളോറൻസിൽ തിരിച്ചെത്തി. അങ്ങനെ പോകുന്നു, മൈക്കലാഞ്ജലോയുടെ കഥ.

അതുല്യ കലാകാരൻ മൈക്കലാഞ്ജലോ മാത്രമല്ല, വിസ്മയ ചിത്രങ്ങൾ തീർത്ത ലിയനാഡോ ഡാവിഞ്ചിയും ഫ്ളോറൻസിന്റെ പുണ്യമാണ്. മഹാകവി ദാന്തെയുടെ ജന്മസ്ഥലവും ഫ്ളോറൻസിലാണ്. പ്രതിഭാശാലിയായ ഗലീലിയോയും ഫ്ളോറൻസിന്റെ പുത്രൻ തന്നെ. ഇവരുടെയൊക്കെ കലാസൃഷ്ടികൾ കണ്ട് നമുക്കു നടക്കാം.

രണ്ട്

ഫ്ളോറൻസ് നഗരത്തിന്റെ പൊന്നരഞ്ഞാണം പോലെ ഒഴുകുന്ന ആർണോ നദിയിൽനിന്നു തുടങ്ങാം നമ്മുടെ യാത്ര. ഫ്ളോറൻസിന്റെ ചരിത്രം തുടങ്ങുന്നതുതന്നെ ആർണോ നദിയുടെ തീരത്ത് അക്കാലത്ത് താവളമടിച്ചിരുന്ന റോമാക്കാരിൽനിന്നാണ്. അന്നേ (ബി.സി. 59) ആ പ്രദേശം ഫ്ളോറൻഷ്യ എന്ന പേരിൽ അറിയപ്പെട്ടിരുന്നു. താമസിയാതെ അതു ഫ്ളോറൻസാവുകയാണുണ്ടായത്. ഇറ്റാലിയൻ ഭാഷയിൽ നാട്ടുകാർ ഫ്ളോറൻസ് എന്നല്ല ഫിരാൻസെ എന്നേ പറയൂ.

ആർണോ നദിക്കു കുറുകെയുള്ള ഫോണ്ടെവച്ചിയോ പാലം ഒരു അദ്ഭുതമാണ്. ആർണോ നദിയിലുണ്ടായ വലിയ വലിയ വെള്ളപ്പൊക്കങ്ങളെയും ഭീകര ബോംബാക്രമണങ്ങളെയും അതിജീവിച്ച

ആർണോ നദിക്കു കുറുകെയുള്ള ഫോണ്ടെവച്ചിയോ പാലം

ചരിത്ര സ്മാരകം കൂടിയാണ് ഈ പാലം. മാത്രമല്ല, ഈ പാലം ഒരു കെട്ടിട സമുച്ചയമാണ്. സ്വർണക്കച്ചവടം പൊടിപൊടിക്കുന്ന ഗോൾഡ് സൂക്ക് (സ്വർണച്ചന്ത) ഈ പാലത്തിലെ കെട്ടിടസമുച്ചയത്തിലാണ്.

ഫ്ളോറൻസിലെ ദേവാലയങ്ങളുടെ ഗാംഭീര്യം ആരേയും അമ്പരപ്പിക്കും. അംബരചുംബികളായ ഒട്ടേറെ പള്ളികൾ ഫ്ളോറൻസിന്റെ ആകാശത്തെ തേജോമയമാക്കുന്നു. അവയിലൊന്നായ സാന്താ മരിയ കത്തീഡ്രൽ ഗോഥിക് ശൈലിയിൽ പണിതുയർത്തിയിട്ടുള്ള ദേവാലയമാണ്. ലോകത്തിൽത്തന്നെ വലുപ്പത്തിന്റെ കാര്യത്തിൽ മൂന്നാം സ്ഥാനത്തുള്ള ഈ പള്ളിയുടെ രൂപകല്പനയും നിർമാണ മേൽനോട്ടവും അർനോൾഫ് ദ കാമ്പിയോയെന്ന വിശ്വോത്തര ശില്പിയാണു നിർവഹിച്ചത്. 1461ൽ നിർമാണം പൂർത്തിയായ സാന്താ മരിയ കത്തീഡ്രൽ പല നിറങ്ങളിലുള്ള വെണ്ണക്കല്ലുകൾ കൊണ്ട് സമാലംകൃതമാണ്. പള്ളിയുടെ മുകളിൽ താഴികക്കുടം സ്ഥാപിക്കാൻ പിന്നേയും പതിന്നാലു വർഷങ്ങൾ വേണ്ടിവന്നു. ബ്രൂനെല്ലിച്ചി എന്ന ശില്പിയാണ് അതൊരുക്കിയത്.

സാന്താ മരിയ കത്തീഡ്രലിന്റെ മാതൃകയിലുള്ള മറ്റൊരു ദേവാലയമാണ് സാന്താ ക്രോച്ചെ. ഗലീലിയോ, മൈക്കലാഞ്ജലോ, മാക്യവല്ലി മുതലായവർ അന്ത്യവിശ്രമം കൊള്ളുന്നത് ഇവിടെയാണെന്ന പ്രത്യേകതയുമുണ്ട്.

സാന്താ മരിയ കത്തീഡ്രൽ

രാജകുമാരന്മാരുടെയും കുലീന കുടുംബക്കാരായ പ്രഭുക്കന്മാരുടെയും വെങ്കലപ്രതിമകൾകൊണ്ടു സമ്പന്നമാണ് ഫ്ളോറൻസിലെ സാൻ ലോറൻസൊ ബസിലിക്ക. ഇതിന്റെ രൂപകല്പന 393ൽ നടന്നതായി കണക്കാക്കപ്പെടുന്നു. ബ്രൂനെല്ലിച്ചി എന്ന പ്രഗദ്ഭനായ ശില്പിയാണ് ആധുനിക ദേവാലയങ്ങളുടെ ശൈലിയിൽ അക്കാലത്ത് അത് രൂപകല്പന ചെയ്തത്. ചിത്രങ്ങൾ കൊണ്ടും ശില്പങ്ങൾ കൊണ്ടും സമാലംകൃതമായ ദേവാലയത്തിൽ കാണുന്ന കൂടുതൽ ശില്പങ്ങളും മൈക്കലാഞ്ജലോയുടെ അനശ്വര സൃഷ്ടികളാണ്.

പൊതുവേ ഫ്ളോറൻസിലെ ദേവാലയങ്ങളെല്ലാം കലാസൃഷ്ടികളുടെ അതുല്യ പ്രദർശനശാലകളാണെന്നു നിസ്സംശയം പറയാം. ബൈബിൾ കഥകളെ അടിസ്ഥാനമാക്കിയും ഒട്ടേറെ ചിത്രങ്ങളും ശില്പങ്ങളും ദേവാലയങ്ങളിൽ സ്ഥാനം പിടിച്ചിരിക്കുന്നു. എന്നാൽ മറ്റു ചിത്രങ്ങൾക്കും ശില്പങ്ങൾക്കും അവയുടെ കലാമേന്മ കൊണ്ട് പള്ളികളിൽ പ്രമുഖ സ്ഥാനം നൽകിയിട്ടുണ്ട്. പ്രതിഭാസമ്പന്നരായ മൈക്കലാഞ്ജലോ, ഡാവിഞ്ചി, റാഫേൽ, ടിഷ്യൻ തുടങ്ങിയ കലാകാരന്മാരുടെ അനന്തമായ നിര തന്നെ ദേവാലയങ്ങൾക്ക് അനശ്വര ചൈതന്യം പകരുന്നു.

ലോകത്തിലെ ഏറ്റവും സമ്പന്നമായ കലാശേഖരങ്ങൾ ഫ്ളോറൻസിനെ നിത്യവിസ്മയ നഗരമാക്കി നിലനിർത്തുന്നു. ഉഫിസി ഗാലറി, പിറ്റി പാലസ്, അക്കാദമി ഗാലറി തുടങ്ങി എണ്ണമറ്റ പ്രദർശന ശാലകളാണ് ഫ്ളോറൻസിലുള്ളത്. ഉഫിസി ഗാലറിയിൽ യവന-റോമൻ ശില്പങ്ങളുടെ കലാമേന്മ നിറഞ്ഞു നിൽക്കുന്നു. ഫ്രാൻസെസ്കോ പ്രഭുവാണ് ഈ ഗാലറി സ്ഥാപിച്ചത്. ബോട്ടിസെല്ലി, ടിഷ്യൻ, ഡാവിഞ്ചി, മൈക്കലാഞ്ജലോ, റാഫേൽ, തുടങ്ങിയവരുടേയും മഹത്സൃഷ്ടികൾ ഗാലറിയെ അലങ്കരിക്കുന്നു. റാഫേലിന്റെ മഡോണയും ടിഷ്യന്റെ ഫ്ളോറയും വീനസുമൊക്കെ ഗാലറിയിലെ പ്രദർശനവസ്തുക്കളിൽ ചിലതു മാത്രമാണ്.

നവോത്ഥാന കാലഘട്ടത്തിലെ കലാകാരന്മാരുടെ സൃഷ്ടികളാണ് പിറ്റി പാലസിൽ ശേഖരിച്ചിരിക്കുന്നത്. ഇതിനോടനുബന്ധമായി മോഡേൺ ആർട്ട് ഗാലറി, പാലറ്റൈൻ ഗാലറി മുതലായവയും ഉണ്ട്. ഇതിഹാസ കവി ഹോമറിന്റെ ഇലിയഡിനെ ആസ്പദമാക്കി ചുവർച്ചിത്രങ്ങളുടെ ഒരു ഇലിയഡ് മുറിയും ഇവിടെ ഒരുക്കിയിരിക്കുന്നു. അതുല്യ ചിത്രകാരൻ ലൂയി സാബതെല്ലിയാണു ചിത്രങ്ങൾ വരച്ചിരിക്കുന്നത്. മഹാനായ കലാകാരൻ റൂബന്റെ യുദ്ധത്തിന്റെ പ്രത്യാഘാതങ്ങൾ എന്ന ചിത്രവും പിറ്റി പാലസിനെ സമ്പന്നമാക്കുന്നു. പത്തൊമ്പതാം നൂറ്റാണ്ടിലേയും ഇരുപതാം നൂറ്റാണ്ടിലേയും ചിത്രകാരന്മാരുടെ രചനകളാണ്

മോഡേൺ ആർട്ട് ഗാലറിയിൽ പ്രദർശിപ്പിച്ചിരിക്കുന്നത്. ലോകപ്രശസ്ത ചിത്രങ്ങളുടെ കലവറയാണ് അക്കാദമി ഗാലറി. മൈക്കലാഞ്ജലോയുടെ പിയാത്ത, ദാവീദ് മുതലായ ലോകോത്തര സൃഷ്ടികൾ അക്കാദമി ഗാലറിയിലെ സവിശേഷ ഇനങ്ങളാണ്. ഇത്രയേറെ കലാകൗതുകങ്ങൾ ലോകത്തു വേറെ ഒരിടത്തും കാണില്ല.

മൂന്ന്

ചക്രവർത്തി വിഭാഗവും പോപ്പ്‌വിഭാഗവും തമ്മിലുള്ള നിരന്തരമായ യുദ്ധങ്ങൾ ഒരു കാലത്ത് ഫ്ളോറൻസിന്റെ വളർച്ചയെ മുരടിപ്പിച്ചു. പക്ഷേ, ഇതിനിടെയുണ്ടായ വ്യവസായ വളർച്ച യുദ്ധത്തിലെ മുറിവുകൾ ഉണക്കുന്നവയായിരുന്നു.

എട്ടാം നൂറ്റാണ്ടിൽ ഫ്ളോറൻസ് റോമാസാമ്രാജ്യത്തിന്റെ ഭാഗമായി. അതേത്തുടർന്ന് കനോസയിലെ കൗണ്ടസ് മാറ്റിൽഡെയുടെ നിയന്ത്രണത്തിലായി. 1115ൽ കൗണ്ടസ് അന്തരിച്ചപ്പോൾ ധനികരായ കച്ചവടക്കാരുടെയും സ്വാധീനമുള്ള പുരോഹിതന്മാരുടെയും പ്രഭുകുടുംബങ്ങളുടെയും കീഴിൽ ഫ്ളോറൻസ് സ്വതന്ത്രപ്രദേശമായി. വൈകാതെ നഗരം ഗ്വൽപ്സ്, ഗിബ്ലിൻസ് എന്നീ രണ്ടു വിഭാഗക്കാരുടെ അധീനതയിലായി. അതിൽ ഗ്വൽപ്സ് വിഭാഗക്കാർ പോപ്പിനെ പിന്തുണയ്ക്കുന്നവരും ഗിബ്ലിൻസ് വിഭാഗക്കാർ ചക്രവർത്തിയെ പിന്തുണയ്ക്കുന്നവരുമായിരുന്നു.

ചക്രവർത്തിയെ പിന്തുണയ്ക്കുന്നവർ 1260ൽ യുദ്ധത്തിൽ വിജയം കണ്ടു. പോപ്പിനെ പിന്തുണയ്ക്കുന്നവർക്കു പിന്നീട് 1289 വരെ കാത്തിരിക്കേണ്ടിവന്നു. ചക്രവർത്തി വിഭാഗത്തലവനായ അരെസോയെ കീഴ്പ്പെടുത്താൻ അവർക്കു കഴിഞ്ഞു. നിർണായകമായ ഈ യുദ്ധം ടസ്കാനിയിലെ മറ്റ് നഗരങ്ങളിലും ഫ്ളോറൻസിന് ആധിപത്യം സ്ഥാപിക്കാൻ വഴിയൊരുക്കി. പോപ്പിന്റെയും ചക്രവർത്തിയുടെയും വിഭാഗക്കാർ തമ്മിൽ ശക്തമായി പോരടിക്കുമ്പോഴും കമ്പിളിയുടെയും പട്ടിന്റെയും വ്യാപാരം കുതിച്ചു മുന്നേറിക്കൊണ്ടിരിക്കുകയായിരുന്നു.

1252ൽ നഗരം സ്വന്തമായി 'ഫ്ളോറിൻസ്' എന്ന പേരിൽ സ്വർണനാണയങ്ങൾ അടിച്ചിറക്കി. നാണയത്തിന്റെ ഒരു വശത്ത് നഗരത്തിന്റെ പുഷ്പമായി തിരഞ്ഞെടുത്തിരുന്ന ഐറിസിന്റെ ചിത്രവും മറുവശത്ത് ഫ്ളോറൻസിന്റെ രക്ഷകനായി ആരാധിക്കുന്ന സെന്റ് ജോൺ ദി ബാപ്റ്റിസ്റ്റിന്റെ ചിത്രവും ആലേഖനം ചെയ്തിരുന്നു.

നഗരത്തിന്റെ സാമ്പത്തികശേഷി വർധിച്ചതോടെ കരകൗശല വിദഗ്ധരുടെ ഏഴ് മേജർ ഗിൽഡുകൾ ധനികരായ കച്ചവടക്കാരാകുകയും

യൂറോപ്യൻ ഭരണാധികാരികളുമായി പണമിടപാടു നടത്തി അവർ നഗരത്തിന്റെ ഭരണം കൈയാളുകയും ചെയ്തു. 1293ൽ പഴയ പ്രഭു കുടുംബങ്ങളെ ഒഴിവാക്കി നീതിന്യായാധികാരം കച്ചവട പ്രഭുക്കൾ ഉറപ്പാക്കി. എന്നാൽ നൂറു വർഷം നീണ്ടുനിന്ന യുദ്ധത്തോടെ ഫ്ളോറൻസിലെ ബാങ്കുകൾ ക്ഷയിക്കാൻ തുടങ്ങി. 1348ൽ പൊട്ടിപ്പുറപ്പെട്ട പ്ലേഗ് ബാധ കാര്യങ്ങൾ കൂടുതൽ വഷളാക്കുകയും താഴേക്കിടയിലുള്ളവർ വിപ്ലവത്തിനു തുടക്കം കുറിക്കുകയും ചെയ്തു.

ഇതിനിടെ കമ്പിളി നിർമാതാക്കൾ ശക്തി പ്രാപിക്കുകയും പുതിയൊരു ഗിൽഡ് സ്ഥാപിച്ച് അവർ സർക്കാരിൽ പങ്കാളിത്തം നേടുകയും ചെയ്തു. അധികം താമസിയാതെ പുതിയ ഗിൽഡിനെ നീക്കം ചെയ്ത് കരുത്തരായ ചില ധനിക കുടുംബങ്ങൾ അധികാരം തിരിച്ചുപിടിച്ചു. തുടർന്നാണു നഗരം രണ്ടായി വിഭജിക്കപ്പെട്ടത്.

മാറി മാറി അധികാരത്തിൽ വന്ന പ്രഭുകുടുംബങ്ങൾ സമുദ്രമാർഗത്തിലൂടെ പിസയും ലിവോർണൊയും പിടിച്ചടക്കി ഫ്ളോറന്റൈൻ റിപ്പബ്ലിക് വ്യാപിപ്പിച്ചു. മെഡിസി കുടുംബത്തിന്റെ തലവനായ കൊസിമൊ 1434ൽ നഗരത്തെ കൂടുതൽ മോടിപിടിപ്പിക്കുകയും സാംസ്കാരിക, രാഷ്ട്രീയ കേന്ദ്രമാക്കി മാറ്റുകയും ചെയ്തു. വയലാർഗ കൊട്ടാരത്തിലിരുന്നാണ് കൊസിമൊ ഭരണം നടത്തിയിരുന്നത്. അദ്ദേഹത്തിന്റെ ഭരണം ഫ്ളോറൻസിനെ കൂടുതൽ ശക്തമാക്കി.

കൊസിമോയെ തുടർന്ന് അദ്ദേഹത്തിന്റെ കൊച്ചുമകൻ ലോറൻസൊ 15-ാം നൂറ്റാണ്ടിൽ കൗശലത്തോടെയുള്ള കരുനീക്കത്തിലൂടെ മിലാനിലെയും നേപ്പിൾസിലെയും ധനികകുടുംബങ്ങളുമായി ഉണ്ടായിരുന്ന സഖ്യം അവസാനിപ്പിച്ചു. അദ്ദേഹത്തിന്റെ പുത്രൻ പിയെറോ ഫ്രഞ്ച് സേനയെ പ്രതിരോധിക്കുന്നതിൽ പരാജയപ്പെട്ട് പലായനം ചെയ്യേണ്ടി വന്നു. പിന്നീട് 1512ൽ ആണ് പ്രഭുകുടുംബത്തിന് റിപ്പബ്ലിക് പുനഃസ്ഥാപിക്കാനായത്. അങ്ങനെ പിയേറോയുടെ പുത്രന്മാരായ ഗിയോവന്നിയും ഗിലിയാനോയും നഗരത്തിൽ തിരിച്ചെത്തി.

ഫ്ളോറൻസിലെ റിപ്പബ്ലിക് നിലവിൽ വന്നതോടെ അർബിനോയിലെ പ്രഭു നഗരത്തിന്റെ ക്യാപ്റ്റനായി. ഇക്കാലത്ത് മെഡിസി കുടുംബക്കാർ റോമിൽ കൂടുതൽ ആധിപത്യം നേടിക്കൊണ്ടിരുന്നു. ഗിലിയാനോയുടെ പുത്രൻ ഗിലിയൊ പോപ്പ് ക്ലെമന്റൊ ഏഴാമനായി തിരഞ്ഞെടുക്കപ്പെട്ടു. ചാൾസ് അഞ്ചാമൻ ചക്രവർത്തിയുമായി സഖ്യമുണ്ടാക്കി അദ്ദേഹത്തിന്റെ സഹായത്തോടെ ക്ലെമന്റൊ 1532 ൽ ഫ്ളോറൻസ് അധീനതയിലായി.

മെഡിസി കുടുംബത്തിന്റെ ഭരണം തിരിച്ചുവന്നതിനെ തുടർന്ന് ഫ്ളോറൻസ് വീണ്ടും അഭിവൃദ്ധി പ്രാപിച്ചു. അദ്ദേഹത്തിന്റെ പിൻതുടർച്ചക്കാരായ ഫ്രാൻസിസ്കൊ ഒന്നാമനും ഫെർഡിനാന്റൊ ഒന്നാമനും നഗരത്തിൽ നിരവധി ശ്രദ്ധേയ നിർമാണങ്ങൾ നടത്തി. സാംസ്കാരികമായും

സാമ്പത്തികമായും നഗരം പുരോഗതിയിലേക്കു കുതിച്ചു. കുടുംബത്തിലെ അവസാന പ്രതിനിധി അനന്തരാവകാശി ഇല്ലാതെ അന്തരിച്ചതിനെ തുടർന്ന് 1737 ൽ മെഡിസി കുടുംബത്തിന്റെ പാരമ്പര്യം അവസാനിച്ചു.

പിന്നീട് ഓസ്ട്രിയയിലെ ചക്രവർത്തിനിയുടെ ഭർത്താവിനായി ഫ്ളോറൻസിന്റെ ഭരണച്ചുമതല. തുടർന്ന് 1765 വരെ റീജൻസി കൗൺസിൽ ഭരണം നിർവഹിച്ചു. ആ വർഷത്തിൽ ചക്രവർത്തിനിയുടെ രണ്ടാമത്തെ പുത്രൻ ഗ്രാന്റ് ഡ്യൂക്ക് പിയെട്രോ ലിയോപോൾഡൊ ഫ്ളോറൻസിലെത്തുകയും ഭരണപരവും കാർഷികവും സാമ്പത്തികവുമായ ഭരണപരിഷ്കാരങ്ങൾ നടപ്പിൽ വരുത്തുകയും ചെയ്തു.

ഫ്രഞ്ച് വിപ്ലവത്തെ തുടർന്ന് ഫ്രാൻസിന് ഫ്ളോറൻസിൽ ആധിപത്യം ലഭിക്കുകയും നെപ്പോളിയന്റെ സഹോദരി എലിസ ബാസിയോച്ചി ഭരണാധികാരിയാകുകയും ചെയ്തു. എന്നാൽ ഫെർഡിനാന്റോ മൂന്നാമൻ അധികാരത്തിന് അവകാശം നേടി 1860 വരെ ഫ്ളോറൻസ് ഭരിച്ചു. ആ വർഷത്തിൽ ഇറ്റലിയുമായി ഫ്ളോറൻസ് കൂട്ടിച്ചേർക്കുകയും നഗരത്തിൽ നിരവധി പരിഷ്കാരങ്ങൾ നടപ്പാക്കുകയും ചെയ്തു.

ആഡംബര സമ്പന്നമായ കൊട്ടാരങ്ങളും തെരുവുകളും നിർമിക്കപ്പെട്ടു. ചരിത്രപ്രാധാന്യമുള്ള കെട്ടിടങ്ങൾ നന്നായി പരിഷ്കരിച്ച് സംരക്ഷിച്ചു. വൻ വ്യവസായങ്ങൾക്കും തുടക്കം കുറിച്ചു. പക്ഷേ, വൈകാതെ പൊട്ടിപ്പുറപ്പെട്ട രണ്ടാം ലോകമഹായുദ്ധം ഫ്ളോറൻസിനെ കാര്യമായി ബാധിച്ചു. ജർമൻ സൈന്യത്തിന്റെ കനത്ത ബോംബിങ്ങിൽ നൂറ്റാണ്ടുകൾ പഴക്കമുള്ള എടുപ്പുകൾ പൂർണമായി നിലംപൊത്തി. എന്നാൽ പോണ്ടെ വെച്ചിയൊ പാലം അവശേഷിച്ചു. 1966ലെ ആർണൊ നദിയിലെ വെള്ളപ്പൊക്കത്തെയും അതിജീവിക്കാനായ ആ പാലം ഇന്നും പഴയ ഫ്ളോറൻസ് നഗരത്തിന്റെ പ്രതാപകാലത്തിന്റെ പ്രതീകമായി നിലകൊള്ളുന്നു.

നാല്

ഫ്ളോറൻസിന്റെ ചരിത്രത്തോട് അഭേദ്യമായി ബന്ധപ്പെട്ടു കിടക്കുന്ന രാജകുടുംബമാണ് മെഡിസി പ്രഭുക്കന്മാരുടേത്. മധ്യകാലത്ത്, പ്രത്യേകിച്ചും നവോത്ഥാന കാലത്ത് മെഡിസി കുടുംബം ഫ്ളോറൻസിന്റെ ഗതിനിർണായക ശക്തിയായി. ഫ്ളോറൻസിനെ കലാകാരന്മാരുടെയും കവികളുടെയും സാഹിത്യകാരന്മാരുടെയും ശില്പികളുടെയും കേന്ദ്രമാക്കി ലോകത്തിന്റെ മുൻനിരയിലേക്കു കൊണ്ടുവരുന്നതിൽ മെഡിസി രാജാക്കന്മാർ മുഖ്യ പങ്കുവഹിച്ചു. ഇന്ന് ആരേയും സ്തബ്ധരാക്കുന്ന കലാചൈതന്യം ഫ്ളോറൻസിൽ നിറഞ്ഞു നിൽക്കുന്നത് മെഡിസി കുടുംബക്കാരുടെ കൂട്ടായ കഠിനശ്രമത്താലാണ്.

1360 മുതൽ 1429 വരെ ജീവിച്ചിരുന്ന ഗിയോവന്നി ഡി അവെരാർഡോയിൽനിന്നാണ് ഫ്ളോറൻസിലെ പ്രശസ്തമായ മെഡിസി കുടുംബക്കാരുടെ ചരിത്രം ആരംഭിക്കുന്നതെന്നു പറയാം. ഫ്ളോറൻസിൽ ശക്തമായ മെഡിസി സാമ്രാജ്യം അദ്ദേഹം സ്ഥാപിച്ചു. സമൂഹത്തിലെ ഇടനിലക്കാരുടെയും താഴേക്കിടയിലുള്ളവരുടെയും ആവശ്യങ്ങൾക്കു പരിഗണന നൽകി റിപ്പബ്ലിക്കിന് അടിത്തറയിട്ടത് അദ്ദേഹമാണ്. ഗിയോവന്നി 1413ൽ പോപ്പ് ജോൺ 23-ാമന്റെ ട്രസ്റ്റി സ്ഥാനത്തെത്തി. പിന്നീട് പടിപടിയായി അദ്ദേഹം ഫ്ളോറൻസിന്റെ ഭരണസ്ഥാനത്തേക്കു വന്നു. കലകളെ പ്രോത്സാഹിപ്പിക്കുന്നതിൽ അതീവ തത്പരനായിരുന്ന അദ്ദേഹം 1421ൽ പുരാതനമായ എസ് ലോറൻസൊ പള്ളിയിൽ ഒരു സാക്രിസിറ്റിയും ചാപ്പലും നിർമിക്കാൻ ബ്രൂണെല്ലെസ്ചിയെ ഏർപ്പെടുത്തി. മെഡിസി കുടുംബത്തിന്റെ സ്വകാര്യ ദേവാലയനിർമാണമെന്ന അദ്ദേഹത്തിന്റെ പദ്ധതി പിൻതലമുറക്കാർ യാഥാർത്ഥ്യമാക്കി.

ഗിയോവന്നിക്കു ശേഷം അദ്ദേഹത്തിന്റെ പുത്രൻ കൊസിമൊ ദി എൽഡർ അധികാര സ്ഥാനത്തെത്തി. കുശാഗ്രബുദ്ധിയും തത്ത്വചിന്തകളിൽ അതീവ തത്പരനുമായിരുന്ന അദ്ദേഹം ഫ്ളോറൻസിനെ കൂടുതൽ സമ്പന്നമാക്കി. എന്നാൽ 1432 മുതൽ രണ്ടു വർഷക്കാലം അദ്ദേഹം നഗരത്തിൽ നിന്നു പുറത്താക്കപ്പെട്ടു. പിന്നീട് മുഴുവൻ ആധിപത്യത്തോടെ മെഡിസി കുടുംബം ഫ്ളോറൻസിൽ അധികാരത്തിലെത്തി.

കലകളോടും വലിയ താത്പര്യമുള്ള ഭരണാധികാരിയായിരുന്നു കൊസിമൊ. എസ് ലോറൻസൊ ദേവാലയത്തിൽ പല പരിഷ്കാരങ്ങളും അദ്ദേഹം വരുത്തി. വയ ലാർഗയിൽ പാലസൊ മെഡിസി നിർമിക്കുവാൻ പ്രശസ്തനായ മൈക്കലാഞ്ജലോയെ അദ്ദേഹം ചുമതലപ്പെടുത്തി. അമ്യൂണിസിയെറ്റ എന്ന ദേവാലയവും ചില ചാപ്പലുകളും നിർമിക്കാനും അദ്ദേഹം പദ്ധതിയിട്ടു.

മെഡിസി കുടുംബത്തിലെ പിയെറോ ദി ഗൗട്ടി പിന്നീട് അധികാരത്തിലെത്തി. തുടക്കത്തിലെ ചില പ്രശ്നങ്ങൾക്കു ശേഷം 48-ാം വയസ്സിലാണ് അദ്ദേഹം ഭരണത്തിലെത്തിയത്. പണ്ഡിതനും കലയോട് വലിയ ആഭിമുഖ്യമുള്ള ഭരണാധികാരിയുമായിരുന്നു അദ്ദേഹം. പാലസൊ മെഡിസിയുടെ നിർമാണത്തിൽ അദ്ദേഹം കൂടുതൽ ശ്രദ്ധ പതിപ്പിച്ചു. അതിനായി ഏറ്റവും മികച്ച കലാകാരന്മാരെ നിയോഗിക്കുകയും ചെയ്തു. മോണ്ടെയിൽ എസ് മിനിയാറ്റൊ ക്രൂസിഫിക്സ് ചാപ്പൽ നിർമാണത്തിന് മൈക്കലാഞ്ജലോയെ അദ്ദേഹം ചുമതലപ്പെടുത്തി.

പിന്നീട് മാഗ്നിഫിസെന്റ് എന്ന പേരിൽ അറിയപ്പെട്ട മെഡിസി ഭരണാധികാരിയാണ് ലോറൻസൊ. ഫ്ളോറൻസിന്റെ ഇന്നത്തെ വളർച്ചയിൽ അദ്ദേഹം നിർണായക പങ്കു വഹിച്ചു. ശത്രുക്കളുടെ നിരന്തരമായ ഭീഷണികളെ വെല്ലുവിളിച്ചുകൊണ്ടാണ് അദ്ദേഹം ഫ്ളോറൻസിനെ പുരോഗതിയിലേക്കു നയിച്ചത്. 1479 ൽ നെപ്പോളിയന്റെ സൈന്യം നഗരത്തിൽ പ്രവേശിച്ചപ്പോഴും അവർക്കെതിരെ ശക്തമായി പ്രതികരിക്കാൻ അദ്ദേഹത്തിന് സാധിച്ചു.

വേദപുസ്തകങ്ങളെ സംബന്ധിച്ച രചനകളും അദ്ദേഹം നിർവഹിച്ചിട്ടുണ്ട്. ഫിലോസഫിയുടെ അടിസ്ഥാന തത്ത്വങ്ങൾ കാലത്തിനനുസൃതമായി പുനരവതരിപ്പിച്ചു. അത്തരം രേഖകൾ ഇന്നും നിരവധി സ്ഥലങ്ങളിൽ കാണപ്പെടുന്നു. കലയുടെ സംരക്ഷകനുമായിരുന്നു അദ്ദേഹം. അക്കാലത്തെ പ്രശസ്തരായ കലാകാരന്മാരുടെയെല്ലാം സൃഷ്ടികൾക്ക് കളമൊരുക്കി.

അൺഫോർച്ചുനേറ്റ് എന്നറിയപ്പെട്ട പിയെറോ ആയിരുന്നു മെഡിസി കുടുംബത്തിലെ മറ്റൊരു ഭരണാധികാരി. ലോറൻസൊയുടെ പുത്രനായ ഇദ്ദേഹം വെറും രണ്ടുവർഷക്കാലമേ ഭരണത്തിലിരുന്നുള്ളൂ. അച്ഛന്റെ രീതികൾക്കു വിരുദ്ധമായി പ്രവർത്തിച്ചതിനാൽ അദ്ദേഹത്തിനു ധാരാളം രാഷ്ട്രീയപരമായ തെറ്റുകൾ സംഭവിച്ചു. സഹോദരന്മാർക്കൊപ്പം ഫ്ളോറൻസ് വിടേണ്ട അവസ്ഥയും അദ്ദേഹത്തിനുണ്ടായി. ആ സമയത്ത് കൊട്ടാരത്തിലെ അനവധി വിലപിടിച്ച വസ്തുക്കൾ കൊള്ളയടിക്കപ്പെട്ടു. മെഡിസി കുടുംബം 1512 ൽ ഫ്ളോറൻസിൽ തിരിച്ചെത്തി.

ഗിലിയാനോ മെഡിസിയുടെ കാലം 1479 മുതൽ 1516 വരെയായിരുന്നു. ഫ്രാൻസിലെ രാജാവ് അദ്ദേഹത്തിന് ഡ്യൂക്ക് ഓഫ് നെമേഴ്സ് പദവി

നൽകി. അദ്ദേഹത്തെ പിന്നീട് പോപ്പ് ലിയോ പത്താമനായി അവരോധിക്കുകയും ചെയ്തു. പിയെറോയുടെ പുത്രനായിരുന്നു അർബിനോ ഡ്യൂക്ക് ലോറൻസൊ. പോപ്പിന്റെ ധാരാളം ആനുകൂല്യങ്ങൾ ലഭിച്ചെങ്കിലും അധികകാലം ഭരണത്തിൽ തുടരാൻ അദ്ദേഹത്തിനായില്ല. പിന്നീട് അധികാരത്തിലെത്തിയ അലസാന്ദ്രോയ്ക്കും ശരിയായ രീതിയിൽ ഭരിക്കാനായില്ല. അദ്ദേഹത്തിന്റെ സഹോദരസ്ഥാനീയനാൽ വൈകാതെ കൊല്ലപ്പെടുകയും ചെയ്തു.

അലസാന്ദ്രോയുടെ പെട്ടെന്നുള്ള മരണത്തിനുശേഷം യുവാവായിരുന്ന കൊസിമൊ ഒന്നാമന് അധികാരം ഏറ്റെടുക്കേണ്ടിവന്നു. ഭരണകാലത്ത് ഭരണപ്രവിശ്യ ഇരട്ടിയാക്കാൻ അദ്ദേഹത്തിനു സാധിച്ചു. വെള്ളി ഖനികളും മാർബിൾ ക്വാറികളും അദ്ദേഹത്തിന്റെ കാലത്ത് ആരംഭിച്ചു. 1569 ൽ പോപ്പ് പയസ് അഞ്ചാമൻ അദ്ദേഹത്തിന് ഗ്രാന്റ് ഡ്യൂക്ക് പദവിയും നൽകി. കലാരംഗത്തും ഒട്ടേറെ പുതിയ സംരംഭങ്ങൾ ആവിഷ്കരിച്ച അദ്ദേഹമാണ് യൂറോപ്പിലെ തന്നെ ആദ്യത്തെ കലാ അക്കാദമിക്ക് തുടക്കം കുറിച്ചത്. ഡുവോമൊയിലെ താഴികക്കുടത്തിന്റെ നിർമാണത്തിന് അദ്ദേഹം വാസരിയെ ചുമതലപ്പെടുത്തി. എന്നാൽ അത് പൂർത്തീകരിക്കുന്നതു കാണാൻ രണ്ടുപേർക്കും സാധിച്ചില്ല. ഒരേ വർഷംതന്നെ ഇരുവരും അന്തരിച്ചു. വർഷങ്ങൾക്കു മുമ്പ് രണ്ടു പുത്രന്മാരും ഭാര്യയും മരണമടഞ്ഞതിനെ തുടർന്ന് മകൻ ഫ്രാൻസിസ്കോയെ തന്റെ പിൻഗാമിയാക്കി അധികാരം കൈമാറിയിരുന്നു.

കൊസിമൊയുടെ പുത്രൻ ഫ്രാൻസിസ്കോ അച്ഛന്റെ മരണം വരെ അദ്ദേഹത്തിന്റെ പ്രതിനിധിയായി രാജ്യം ഭരിച്ചു. അച്ഛനെപ്പോലെ സ്പെയിനുമായി നല്ല ബന്ധം പുലർത്താൻ അദ്ദേഹം ആഗ്രഹിച്ചു. ശാസ്ത്രത്തിലും ആൽക്കെമിയിലും അതീവ തത്പരനായിരുന്നു ഫ്രാൻസിസ്കോ. ഫാർമക്കോളജിയിലും ഫിസിക്സിലും അദ്ദേഹം നിരവധി പഠനങ്ങൾ നടത്തി. ഉഫീസി ഗാലറിയിൽ മെഡിസി കുടുംബത്തിന്റെ എണ്ണമറ്റ അമൂല്യവസ്തുക്കൾ അദ്ദേഹം ശേഖരിച്ച് സംരക്ഷിച്ചു സൂക്ഷിച്ചു. മെഡിസി വില്ലകളുടെ എണ്ണം വർദ്ധിപ്പിക്കുകയും ചെയ്തു. ഫ്രാൻസിസ്കോയ്ക്ക് ശേഷം ഫെർഡിനാന്റൊയാണ് അധികാരത്തിലെത്തിയത്. ഫ്രാൻസുമായി നല്ല ബന്ധം അദ്ദേഹം സ്ഥാപിച്ചു.

അതിനുശേഷം അധികാരത്തിലെത്തിയ കൊസിമൊ രണ്ടാമനും പ്രഗദ്ഭനായ ഭരണാധികാരിയായിരുന്നു. ഫ്ളോറൻസിലെ പ്രൊഫസർ ഓഫ് മാത്തമാറ്റിക്സ് ആയി അദ്ദേഹം ഗലീലിയോ ഗലീലിയെ നിയമിച്ചു. രോഗബാധിതനായിരുന്ന അദ്ദേഹം 31-ാം വയസ്സിൽ അന്തരിച്ചു. അദ്ദേഹത്തെ തുടർന്ന് ഫെർഡിനാന്റോ രണ്ടാമൻ ഫ്ളോറൻസിന്റെ

ഭരണാധികാരിയായി. അക്കാദമിയ ഡി ഡിസേനോ, അക്കാദമിയ ഡെല്ല ക്രസ്ക തുടങ്ങിയ ഒട്ടേറെ കലാപ്രദർശനകേന്ദ്രങ്ങളുടെ വികസനത്തിന് അദ്ദേഹം മുൻകൈയെടുത്തു.

പത്നി വിക്ടോറിയയിൽനിന്നു സ്ത്രീധനമായി ലഭിച്ച നിരവധി മാസ്റ്റർപീസ് രചനകൾ ഫ്ളോറൻസിലെ മ്യൂസിയങ്ങളിൽ കാണാം. പിന്നീടെത്തിയ ഗ്രാന്റ് ഡ്യൂക്ക് കൊസിമൊ മൂന്നാമൻ ദുർബലനായ ഭരണാധികാരിയായിരുന്നു. ആൺമക്കൾക്ക് കുട്ടികളില്ലാതിരുന്നതിനാൽ മകളുടെ കുട്ടിക്ക് അധികാരം നൽകാൻ അദ്ദേഹം തീരുമാനിച്ചു. അന്ന മരിയ ലൂസി എന്ന ആ വനിതയായിരുന്നു മെഡിസി കുടുംബത്തിലെ ഒടുവിലത്തെ ഭരണാധികാരി. ബുദ്ധിമതിയായിരുന്ന അവർ മെഡിസി കുടുംബത്തിന്റെ അന്തസ്സ് കാത്തുസൂക്ഷിക്കുകയും കുടുംബത്തിന്റേതായ അപൂർവ സമ്പത്ത് ശേഖരിച്ചു സൂക്ഷിക്കുകയും ചെയ്തു.

അഞ്ച്

കലയുടെയും വിജ്ഞാനത്തിന്റെയും വിളഭൂമിയായി ഫ്ളോറൻസിൽ സഹൃദയരെ പുളകം കൊള്ളിക്കുന്ന കാഴ്ചകളാണു കാണാൻ കഴിയുക. വിസ്മയിപ്പിക്കുന്ന ആ കാഴ്ചകളെ സഞ്ചാരികളുടെ യാത്രാ സൗകര്യ ത്തിനായി വിവിധ വിഭാഗങ്ങളായി നമുക്കു തിരിക്കാം.

നഗരത്തിലെ മതപരമായ കേന്ദ്രസ്ഥാനമായ എസ് മരിയ ഡെൽ ഫിയോറിന്റെ ബസിലിക്ക(ഡുവോമൊ)യിലേക്കു കയറി നോക്കാം. ഇവിടെ ഫ്ളോറൻസിലെ മൂന്ന് സുപ്രധാന സ്മാരക മന്ദിരങ്ങൾ കാണാം- ഡുവോമൊ, ഗിയോട്ടോ ബെൽ ടവർ, ബാപിസ്ട്രി.

എസ് മരിയ ഡെൽ ഫിയോറിന്റെ ബസിലിക്ക (ഡുവോമൊ പള്ളി) ഒന്നു കാണേണ്ടതു തന്നെ. ഈ പള്ളിയുടെ അതിശയിപ്പിക്കുന്ന വലുപ്പം ആരേയും ആകർഷിക്കും. 153 മീറ്റർ നീളമുള്ള പള്ളിയാണിത്. മധ്യ ഭാഗത്ത് മാത്രം 38 മീറ്റർ വീതിയും പാർശ്വഭാഗത്ത് 90 മീറ്ററും ഉണ്ട്. ഒരേ സമയം 30,000 പേർക്ക് ഇരുന്നു കുർബാന കാണാം. അതെ, ലോക ത്തിലെ തന്നെ ഏറ്റവും വലിയ പള്ളികളിലൊന്നാണിത്.

മുൻപുണ്ടായിരുന്ന എസ് റിപ്പാരറ്റ പള്ളിയുടെ സ്ഥാനത്താണ് ഇപ്പോ ഴത്തെ പള്ളി നിർമിച്ചിരിക്കുന്നത്. 1966ൽ ഖനനം ചെയ്തപ്പോൾ ഈ പള്ളിയുടെ മുൻഭാഗത്തിന്റെ അവശിഷ്ടങ്ങൾ കണ്ടെത്തിയിരുന്നു.

ഇപ്പോഴുള്ള പള്ളിയുടെ നിർമാണം 1296 ൽ എ ഡി കാമ്പിയൊ എന്ന ശില്പിയുടെ നേതൃത്വത്തിലാണ് ആരംഭിച്ചത്. പാലസൊ ഡെല്ല സിഗ്നോ റിയയും അതേസമയം നിർമാണമാരംഭിച്ചു. ബസിലിക്കയുടെ നിർമാണം പൂർത്തിയാകാൻ 140 വർഷത്തോളമെടുത്തു. 1436 ൽ പോപ്പ് യൂജൻ നാലാമൻ ആണ് അത് വെഞ്ചരിച്ചത്. ഗിയോട്ടോ, എ പിസാനൊ, എഫ് ടാലേന്റി, എൽ ഖിനി മുതലായ പ്രശസ്ത ശില്പികൾ തുടർച്ചയായി പള്ളിയുടെ നിർമാണ ജോലികൾക്ക് മേൽനോട്ടം വഹിച്ചു. പള്ളി ഇന്നത്തെ രൂപത്തിൽ പൂർത്തീകരിച്ചത് 1887 ൽ ഇ ഡി ഫാബ്രിസ് എന്ന ശില്പിയുടെ മുഖപ്പ് നിർമാണത്തോടെയാണ്.

പ്രധാന വാതിലുകൾക്കു മുകളിൽ അപ്പോസ്തലന്മാരുടെ ഗാലറിയിൽ മധ്യഭാഗത്ത് കന്യാമറിയത്തെയും കുഞ്ഞിനെയും

ചിത്രീകരിച്ചിരിക്കുന്നു. പ്രശസ്ത ചിത്രകാരന്മാരുടെ മറ്റ് ശ്രദ്ധേയ ചിത്രങ്ങളുമുണ്ട്. ചതുരസ്തംഭങ്ങളിൽ കെട്ടിട നിർമാണത്തിന് മുഖ്യപങ്കു വഹിച്ച പുരോഹിതന്മാരുടെ രൂപങ്ങളും കാണാം. ഓടുകൊണ്ടു നിർമിച്ച വാതിലുകളിൽ 19-ാം നൂറ്റാണ്ടിനൊടുവിൽ എ പാസാഗ്ലിയ, ജി കാസിയോലി എന്നിവർ മേരിയുടെ കഥ ചിത്രീകരിച്ചിരിക്കുന്നു.

ഉൾവശം ലാറ്റിൻ കുരിശിന്റെ രൂപത്തിലുള്ള മൂന്ന് അറകൾ തൂണുകളിൽ തീർത്ത കമാനങ്ങൾ കൊണ്ട് വേർതിരിച്ചിരിക്കുന്നു. വിവിധ വർണങ്ങളിലുള്ള മാർബിൾ തറ രൂപപ്പെടുത്തിയത് ബി ഡി അഗ്നോളയാണ്. ചാപ്പൽ ഓഫ് ക്രോസിന്റെ മുൻഭാഗത്തുള്ള സ്ഥലത്ത് പ്രസംഗപീഠത്തിന്റെ ഇടതുവശത്തെ ഉയർന്ന സ്ഥലം പല കാലങ്ങളിൽ വ്യോമ നിരീക്ഷകരുടെ പഠനസങ്കേതമായിരുന്നു.

മുഖപ്പിന്റെ ഉൾവശത്ത് ഗിബേർട്ടി രൂപപ്പെടുത്തിയ മൂന്നു വർണചില്ലു ജാലകങ്ങളുണ്ട്. 1443 ൽ പി ഉസെല്ലോ രൂപകല്പന ചെയ്ത പ്രവാചകന്റെ ശിരസ്സുള്ള ക്ലോക്ക് വളരെ ആകർഷകമാണ്. അതിനു താഴെ അർധചന്ദ്രാകൃതിയിൽ കിരീടത്തോടെയുള്ള മേരിയെ ജി ഗാഡി രൂപപ്പെടുത്തിയിരിക്കുന്നു. അതിനും താഴെയായി ബിഷപ്പ് അന്റോണിനൊഡി ഓർസോയുടെ ശവകുടീരമാണ്. വലത്തെ അറയിൽ ഫിലിപ്പൊ ബ്രൂണെല്ലെസ്ചിയുടെയും ഗിയോട്ടോയുടേയും മറ്റും ഊർധ്വകായ പ്രതിമകൾ കാണാം.

കുംഭഗോപുരത്തിന്റെ ഉൾവശത്ത് ജി. വാസരി 1572ൽ ഫ്രെസ്കോ ചിത്രങ്ങളുടെ രചന തുടങ്ങി. 1579ൽ എഫ്. സുകാരിയാണ് അത് പൂർത്തീകരിച്ചത്. അന്ത്യവിധിയുടെ രംഗങ്ങളാണ് അവിടെ ആവിഷ്കരിച്ചിരിക്കുന്നത്. അറയുടെ വശത്തെ വാതിലിലൂടെ കുംഭഗോപുരത്തിന്റെ മുകളിലേക്ക് ഞാനൊന്നു കയറാൻ ഒരു ശ്രമം നടത്തിനോക്കി. ഇടുങ്ങിയ വഴിയിലൂടെ നിരവധി പടികൾ കയറി വേണം മുകളിലെത്താൻ. വളരെ പ്രയാസപ്പെട്ട് മുകളിലെത്തിയാൽ നഗരത്തിന്റെ അമ്പരപ്പിക്കുന്ന ദൃശ്യം ആസ്വദിക്കാമെന്നു ഗെയിഡ് എന്നെ മോഹിപ്പിച്ചെങ്കിലും ആ പടികൾ കയറാൻ എനിക്കു ധൈര്യം കിട്ടിയില്ല.

അവിടത്തെ വർണച്ചില്ലു ജാലകങ്ങൾ നവോത്ഥാന കാലത്തെ പ്രശസ്തരായ എൽ. ഗിബേർട്ടി, പി. ഉസെലോ, ഡൊണാറ്റെലോ, എഡെൽ കാസ്റ്റാഗ്നൊ എന്നിവരാണ് രൂപകല്പന ചെയ്തിരിക്കുന്നത്. അഷ്ടകോണാകൃതിയിലുള്ള മധ്യഭാഗത്ത് പ്രധാന അൾത്താര കാണാം. അതിനു നടുവിലാണു ബി.ഡ. മയാനോ രൂപകല്പന ചെയ്ത തടിയിൽ തീർത്ത കുരിശുരൂപം.

മധ്യഭാഗത്തെ അൾത്താരയ്ക്കിടയിലെ ചതുരസ്തംഭത്തിൽ ഓട്ടുകുംഭം സ്ഥാപിച്ചിരിക്കുന്നു. എൽ. ഗിബേർട്ടി നിർമിച്ച ഇതിൽ ഫ്ളോറൻസ് ബിഷപ്പായിരുന്ന സെന്റ് സെനോബിയസിന്റെ തിരുശേഷിപ്പ് വച്ചിരിക്കുന്നു.

എസ്. മരിയ ഡെൽഫിയോർ: ലോകത്തിലെ ദേവാലയങ്ങളിൽ വച്ച് ഏറ്റവും വലിയ ഒന്ന്. 30,000 പേർക്ക് ഒരേ സമയം ഇരുന്നു കുർബാന കാണാനുള്ള സൗകര്യമുണ്ടിവിടെ.

ഡുവോമോയിലെ പശു

മണ്ഡപത്തിനു ചുറ്റുമുള്ള മൂന്ന് ചതുരസ്തംഭങ്ങൾ പഴയതും പുതിയതുമായ രണ്ട് ചമയപ്പുരകൾ കൊണ്ട് വേർതിരിച്ചിരിക്കുന്നു. അതിന്റെ രണ്ട് പ്രവേശന മാർഗങ്ങളുടെ മുകളിലും അർധചന്ദ്രാകൃതിയിലുള്ള ജാലകങ്ങൾ ഗ്ലേസ്ഡ് ടെറാകോട്ടയിൽ ഒരുക്കിയിരിക്കുന്നു.

ഇടത്തെ അറയിൽ ഡി.ഡി. മിച്ചിലിനോയുടെ സവിശേഷ ചിത്രം കാണാം. അവിടെനിന്നു പുറത്തേക്കു നടക്കുമ്പോൾ ഗിയോവന്നി അക്യൂട്ടോയുടെയും നിക്കോളോ ഡി ടോലെന്റിനോയുടെയും ഫ്രെസ്കോ ചിത്രങ്ങൾ ദർശിക്കാം. ഓർഗാനിസ്റ്റ് അന്റോണിയോ സ്ക്വാർസിയാലുപിയുടെ ഊർധ്വകായ പ്രതിമയും അവിടെയുണ്ട്.

ഡുവോമോയിലെ പശു

കത്തീഡ്രലിന്റെ ചുവരിലെ പശുവിന്റെ തലയുടെ ശില്പം ആരേയും ആകർഷിക്കും. അതിനു പിന്നിലെ കഥ രസകരമാണ്. യഥാർത്ഥത്തിൽ അതൊരു കാളയുടെ തലയായിരുന്നെന്നും കല്പണിക്കാരിലൊരാളാണ് അതവിടെ സ്ഥാപിച്ചതെന്നുമാണു വിശ്വാസം. പള്ളിയുടെ അടുത്തുള്ള ഒരു ബേക്കറിയുടമയുടെ പത്നിയുമായി കല്പണിക്കാരൻ പ്രണയത്തിലായിരുന്നു. അതറിഞ്ഞ ബേക്കറിയുടമ കോടതിയിൽ പരാതിപ്പെട്ടു. കോടതി അവർ തമ്മിൽ കാണരുതെന്നു വിലക്കി. അതിനു പ്രതികാരമായി കല്പണിക്കാരൻ ബേക്കറിയുടെ മുന്നിലുള്ള ഭാഗത്ത് പള്ളിയുടെ ജനലിൽ ഒരു പശുവിന്റെ തല നിർമിച്ചു വച്ചുപോലും!

കുംഭഗോപുരം

എഫ് ബ്രൂണെല്ലെസ്ചി രൂപപ്പെടുത്തിയതാണ് ഈ പള്ളിയുടെ പ്രശസ്തമായ കുംഭഗോപുരം. ഇതിനു 115 മീറ്ററോളം ഉയരവും 45 മീറ്റർ വ്യാസവുമുണ്ട്. 1420 ൽ നിർമാണം ആരംഭിച്ചു. ഇഷ്ടികകൾ ഉപയോഗിച്ച് ഇരട്ടഭിത്തിയായി നൂതന രീതിയിലായിരുന്നു നിർമാണം. 1436 വരെ നിർമാണം തുടർന്നു. എന്നാൽ വെറോച്ചിയോ എന്ന ശില്പിയാണ് 1471ൽ കുംഭഗോപുരത്തിന്റെ നിർമാണം പൂർത്തീകരിച്ചത്. മുകളിൽ തിളങ്ങുന്ന വെങ്കല വിളക്കും അദ്ദേഹം ഉണ്ടാക്കി വച്ചിരുന്നു.

ഇടിയും മിന്നലും

ഫ്ളോറൻസിലെ ഡുവോമയ്ക്ക് ഇടിയും മിന്നലും മൂലമുണ്ടായ നഷ്ടം നിരവധിയാണ്. 1495ലും 1699ലും മുകളിലെ വിളക്കിന് കേടുപാടുകൾ പറ്റി. 1495ലും 1586ലും വിളക്ക് പൊട്ടിത്തകർന്നു. അതിന്റെ അവശിഷ്ടങ്ങൾ വളരെ ദൂരേക്ക് തെറിച്ചുപോയി. 1836 ൽ ബെൽ ടവറിനായാണ് ഇടിമിന്നൽ ബാധിച്ചത്. 1578, 1776, 1885 എന്നീ വർഷങ്ങളിലും കുംഭഗോപുരത്തിന് മിന്നൽ മൂലം വലിയ നാശനഷ്ടങ്ങളുണ്ടായി.

1600 ജനുവരി 14ന് ഉണ്ടായ ഭയങ്കര ഇടിമിന്നൽ പള്ളിക്കു കാര്യമായ നാശനഷ്ടങ്ങളുണ്ടാക്കി. അതിലെ കുരിശിനും കേടുപാടുകൾ വരുത്തി.

ധാരാളം മാർബിൾ ശിലകൾ അടർന്നു വീണു. പള്ളിച്ചുമരിൽ അന്നു ണ്ടായ ആഘാത സ്ഥലം ഇപ്പോഴും തിരിച്ചറിയാം. 1776 ജൂൺ 13ന് ഉണ്ടായ ഇടിമിന്നലിൽ മുകളിലെ വിളക്കു താഴേക്കു പതിച്ചു. മറ്റ് അലങ്കാരങ്ങളും നശിച്ചു. ഭിത്തിയിൽ പൊട്ടലുകളും വിള്ളലുകളുമുണ്ടായി.

വൈദ്യുതി 19-ാം നൂറ്റാണ്ടിൽ കണ്ടുപിടിച്ചിട്ടും നൂറ്റാണ്ടുകളായി തുട രുന്ന ഇടിമിന്നൽ മൂലമുള്ള വൈദ്യുത ആഘാതങ്ങൾ കുറയ്ക്കാനുള്ള വഴികളൊന്നും കണ്ടെത്തിയില്ല. ഡുവോമയ്ക്കടുത്ത് വിളക്കു കാലുകൾ സ്ഥാപിച്ച് വൈദ്യുതാലങ്കാരങ്ങൾ ഒരുക്കിയും പുനർനിർമാണത്തിൽ ധാരാളം പരിഷ്കാരങ്ങൾ വരുത്തിയും ഇടിമിന്നലിന്റെ ആഘാതം തടയാൻ നടത്തിയ ശ്രമങ്ങൾ പിന്നീടു കുറേയൊക്കെ നിരവധി വർഷ ങ്ങളെടുത്ത നവീകരിക്കലിന്റെ ഭാഗമായി ഇടിമിന്നൽ ചാലകവും അവിടെ സ്ഥാപിച്ചു. അത് ഒരു പരിധിവരെ ഫലപ്രദമായി.

ഫ്ളോറൻസിൽ 1861ൽ അരങ്ങേറിയ വേൾഡ് ഫെയറിനോടനു ബന്ധിച്ച് ഡുവോമൊയിൽ വൈദ്യുതാലങ്കാരങ്ങൾ ഒരുക്കിയത് ഇടി മിന്നലിന്റെ ആഘാതം പൂർണമായി ചെറുക്കുന്നതിനുള്ള സംവിധാന ത്തോടു കൂടിയായിരുന്നു. എന്നാൽ 1879 ഓഗസ്റ്റ് 16ന് കുംഭഗോപുരത്തിനു വീണ്ടും ഇടിമിന്നൽ ആഘാതമുണ്ടായി. അന്നു മാർബിൾ ശിലകൾ ഇളകിത്തെറിച്ചു. ആ ആഘാതത്തിന്റെ കാഠിന്യം മൂലം കെട്ടിടത്തിനാകെ ഇളക്കം സംഭവിച്ചു. ബാഷ്യോ ഡി. അഗ്നോളോയുടെ ടെറസ് ഉൾപ്പെടെ യുള്ള ഭാഗങ്ങൾ തകർന്നു നിലംപൊത്തി.

ശാസ്ത്രീയമായി കരുത്തു തെളിയിക്കപ്പെട്ട ഇടിമിന്നൽ ചാലക ങ്ങൾ പിന്നീട് ഗിയോട്ടോയുടെ ബേൽടവറിലും മറ്റും സ്ഥാപിച്ചു. പിൽക്കാ ലത്ത് ഇടിമിന്നൽ മൂലമുണ്ടാകുന്ന ദുരന്തങ്ങൾ ഒരു പരിധിവരെ ഒഴിവാ ക്കാനായി.

ആറ്

ഇനി നമുക്ക് ബാപ്പിസ്ട്രിയിലേക്കു പോകാം. പതിനൊന്നാം നൂറ്റാണ്ടിലെ റോമൻ ശില്പകലാ വൈദഗ്ധ്യത്തിന്റെ ഒന്നാന്തരം ഉദാഹരണമാണ് അഷ്ടകോണങ്ങളുള്ള ഈ ബാപ്പിസ്ട്രി. ഇതിന്റെ മേൽക്കൂരയ്ക്ക് പിരമിഡിന്റെ ആകൃതിയാണ്. കോളങ്ങളിൽ സ്ഥാപിച്ചിരിക്കുന്ന വിളക്കുമുകളിലുണ്ട്. വെള്ളയും പച്ചയും മാർബിൾ കൊണ്ട് ആ കോളങ്ങൾ പൊതിഞ്ഞിരിക്കുകയാണ്.

സെന്റ് ജോൺ ദി ബാപ്പിസ്റ്റിന് സമർപ്പിച്ചിരിക്കുന്ന ഈ പള്ളി 1128 വരെ നഗരത്തിന്റെ പ്രധാന കത്തീഡ്രലായിരുന്നു. ദാന്തെയെ പോലെയുള്ള മഹാന്മാരായ വ്യക്തികളെ ഇവിടെ ജ്ഞാനസ്നാനം ചെയ്തിട്ടുണ്ട്. ബാപ്പിസ്ട്രിയുടെ ഉള്ളിൽ മാർബിൾ കൊണ്ടും ബൈസാന്റിയൻ സ്റ്റൈൽ മൊസെയ്ക്കു കൊണ്ടും അലങ്കരിച്ച ഒരു മുറിയാണുള്ളത്. കന്യാമറിയം, യേശു, സെന്റ് ജോൺ ദി ബാപ്പിസ്റ്റ് തുടങ്ങിയവരുടെ ചിത്രങ്ങൾ അവിടെ ആലേഖനം ചെയ്തിരിക്കുന്നു. അവസാനത്തെ അത്താഴവും ചിത്രീകരിച്ചിട്ടുണ്ട്.

ഡൊണേറ്റെല്ലോയും മൈക്കലാഞ്ജലോയും രൂപകല്പന ചെയ്ത പോപ്പ് ജോൺ 23–ാമന്റെ ശവകുടീരവും ഇവിടെ കാണാം. ചുവരിലെയും മൊസെയ്ക് തറയിലെയും ചില അടയാളങ്ങളിൽനിന്ന് അവിടെ ഒരു റോമൻ രീതിയിലുള്ള വീടുണ്ടായിരുന്നതായി മനസ്സിലാക്കാം. ബാപ്പിസ്ട്രിക്ക് മൂന്ന് വെങ്കലവാതിലുകളുണ്ട്. അതിൽ തെക്കു ഭാഗത്തുള്ളത് എ. പിസാനോയും മറ്റു വശങ്ങളിലേത് ഗിബേർട്ടിയുമാണ് രൂപകല്പന ചെയ്തിരിക്കുന്നത്. വടക്കുള്ളത് ക്രോസ് ഡോർ എന്നും അറിയപ്പെടുന്നു. 'സ്വർഗത്തിലേക്കുള്ള വാതിൽ' എന്നറിയപ്പെടുന്ന കിഴക്കുവശത്തെ വാതിൽ മൈക്കലാഞ്ജലോ ആണ് രൂപപ്പെടുത്തിയത്.

ഇനി പിയാസ എസ് ഗിയോവന്നി എന്ന ആർച്ച് ബിഷപ്പിന്റെ കൊട്ടാരത്തിലേക്കു കയറാം. 16–ാം നൂറ്റാണ്ടിലെ ഈ കൊട്ടാരം 1895 ൽ പുതുക്കുകയും വലുതാക്കുകയും എസ്. സാൽവദോർ ചർച്ച് അതിന്റെ ഭാഗമാക്കുകയും ചെയ്തു. അതിനകത്ത് ജി.ഡി. ഫെറെറ്റിനി, എം. സൊഡേരിനി, പി. അന്തർലിനി എന്നിവരുടെ ഫ്രെസ്കോ ചിത്രങ്ങൾ

സ്വർഗത്തിലേക്കുള്ള വാതിലാണിത്. ഈ വാതിൽ ഡിസൈൻ ചെയ്തത് ആരാണെന്നോ? മൈക്കലാഞ്ജലോ

ഗിയോട്ടയുടെ ബെൽ ടവറും തൊട്ടടുത്ത കത്തീഡ്രലും

കാണാം. പിയാസ എസ് ഗിയോവന്നി എന്ന എസ്. സാനോമിന്റെ കോളവും കാണേണ്ട കാഴ്ചതന്നെ.

ഇത് 1384 ൽ സ്ഥാപിച്ചതായി കരുതപ്പെടുന്നു. അവിടെ ഒരു ഇരുമ്പു തൂണുണ്ട്. 429 മുതൽ അവിടെ അത് ഉണ്ടായിരുന്നതായും കഥകളുണ്ട്. പിന്നീടത് ഡുവോമയിലേക്കു കൊണ്ടുവന്നുവെന്നാണു കഥ.

ഗിയോട്ടോയുടെ ബെൽ ടവർ കാണാതെ ഈ സഞ്ചാരപഥത്തിലെ യാത്ര പൂർത്തിയാവുകയില്ല. കത്തീഡ്രലിന്റെ തൊട്ടു വലതുവശത്താണു ബെൽ ടവർ (ഗിയോട്ടോയുടെ ബെൽ ടവർ എന്നാണ് ഇതറിയപ്പെടുന്നത്) ഗിയോട്ടോ 1334 ൽ ഇതിന്റെ രൂപകല്പന തുടങ്ങി. ചതുരാകൃതിയുള്ള അടിത്തറയ്ക്ക് 84 മീറ്ററാണ് ഉയരം. കത്തീഡ്രലിന്റെ പിറകുവശത്തുകൂടി ഇതിനടുത്തെത്താം.

ബെൽ ടവറിൽ മുകളിലേക്ക് കയറാൻ 414 പടികളാണുള്ളത്. ഗിയോട്ടോയ്ക്ക് ബെൽടവറിന്റെ നിർമാണം പൂർത്തിയാക്കാനായില്ല. 1359 ൽ എഫ് ടാലന്റിയാണ് അത് പൂർത്തീകരിച്ചത്. ബെൽ ടവറിന്റെ അടിഭാഗത്ത് നിരവധി കലാരൂപങ്ങളുമുണ്ട്.

ഓപ്പെറാ ഡി എസ് മരിയ ഡെൽ ഫിയോറെ മ്യൂസിയം (പിയാസ ഡെൽ ഡുവോമോ) അതിനടുത്താണ്. 1891ൽ ഉദ്ഘാടനം ചെയ്ത ഈ മ്യൂസിയത്തിൽ ഒരിക്കൽ ബാപ്പിസ്ട്രിയിലും ഡുവോമയിലും ബെൽടവറിയും ഉണ്ടായിരുന്ന ശില്പങ്ങളും ചിത്രങ്ങളും മറ്റു വസ്തുക്കളും പ്രദർശിപ്പിച്ചിരിക്കുന്നു. ഡുവോമയുടെ പുരാതന മുഖപ്പിൽ 1587ൽ പൊളിച്ച മുഖപ്പിൽനിന്നുള്ള അവശിഷ്ടങ്ങൾ ശേഖരിച്ചിരിക്കുന്നതും ഇവിടെയാണ്. എഡി കാമ്പിയൊ, ഡൊണാറ്റെലോ കൂടാതെ എൻ.ഡി ബാൻകൊ എന്നിവരുടെ ചിത്രങ്ങളും അക്കൂട്ടത്തിലുണ്ട്.

ബ്രൂണെല്ലെസ്ച്ചി മുറികളിൽ കുംഭഗോപുരത്തിന്റെ തടി മാതൃകകൾ പ്രദർശിപ്പിച്ചതും കാണേണ്ട ഒരു കാഴ്ചതന്നെ. ചിത്രകാരന്റെ മാസ്ക്, കപ്പേള നിർമിക്കാനുള്ള ഉപകരണങ്ങൾ എന്നിവയും അവിടെ കാണാം. സ്വർണത്തിലും മറ്റും തീർത്ത വിശിഷ്ട വസ്തുക്കളും അവിടെ നിരത്തി വച്ചിരിക്കുന്നു.

മുകളിലെ തറയിൽ മൈക്കലാഞ്ജലോയുടെ പിയേത്താ കാണാം. 1980ൽ ആണ് അതിവിടെ കൊണ്ടുവന്നത്. കൊയർ റൂമിൽ എൽ. ഡെല്ല റോബിയായുടെയും ഡൊണാറ്റെല്ലോയുടെയും ശില്പങ്ങളും അവിടെയുണ്ട്. അതിനടുത്ത മുറിയിൽ ബെൽടവറിന്റെ ആദ്യകാല ടൈലുകൾ സൂക്ഷിച്ചിട്ടുണ്ട്. അതിനടുത്ത് അൾത്താരയും കാണാം. ഗേറ്റ് ഓഫ് ഹെവനിൽ ഒരുകാലത്തുണ്ടായിരുന്ന ടൈലുകളും ഇവിടെ പ്രദർശിപ്പിച്ചിരിക്കുന്നു.

കാന്റോ ഡി ബിസ്ചേരി (വയ ഡെൽ ഒറിയോള) അതുവഴി വന്നാൽ തൊട്ടടുത്തു കാണാം. പിയാസ ഡുവോമയുടേയും വയാ ഡെൽ

ഒറിയോളയുടെയും മൂല ചരിത്രപ്രസിദ്ധമാണ്. അവിടെയാണ് പണ്ട് പ്രശസ്തമായ ഫ്ളോറന്റൈൻ പ്രസംഗം അരങ്ങേറിയത്. ഫ്ളോറന്റൈൻ ഫാമിലി അതായത് ബിസ്ചേരി 1300കളിൽ ഡുവോമൊ പ്രദേശത്തുള്ള നിരവധി വീടുകളുടെയും ഒട്ടേറെ സ്ഥലങ്ങളുടെയും ഉടമസ്ഥരായിരുന്നു. കത്തീഡ്രൽ നിർമിക്കാൻ തീരുമാനിച്ചപ്പോൾ മുനിസിപ്പാലിറ്റി ആ കുടുംബക്കാരോടാണ് വിലയ്ക്ക് വസ്തു ആവശ്യപ്പെട്ടത്. എന്നാൽ ആദ്യം വിലയുടെ കാര്യത്തിൽ യോജിക്കാനായില്ല. എന്നാൽ പിന്നീടൊരു തീപ്പിടിത്തമുണ്ടാകുകയും അവിടെയുണ്ടായിരുന്നതെല്ലാം കത്തിച്ചാമ്പലാകുകയും ചെയ്തു. അതോടെ സ്ഥലം വിൽക്കാൻ കുടുംബക്കാർ നിർബന്ധിതരായി.

ഫ്ളോറൻസിലും മറ്റ് ഇറ്റാലിയൻ നഗരങ്ങളിലും രണ്ടാം ലോകയുദ്ധകാലത്ത് ആകാശത്തു നിന്നുള്ള ബോംബാക്രമണ ഭീഷണി ഭയങ്കരമായിരുന്നു. പ്രശസ്തമായ കെട്ടിടങ്ങളെയും കലാശില്പങ്ങളെയും അത്തരം ആക്രമണങ്ങളിൽനിന്ന് സംരക്ഷിക്കാൻ തടിയും കോൺക്രീറ്റും ഉപയോഗിച്ച് ഒട്ടേറെ നിർമാണ പ്രവർത്തനങ്ങൾ നടന്നു.

ലോഗിയ ഡെൽ ബിഗാലോ ഒരു ദൃശ്യം

1942 ഡിസംബറിനും 1944 ഫെബ്രുവരിക്കും മധ്യേ കത്തീഡ്രലിന്റെ ചില്ലുജനാലകളെല്ലാം മാറ്റി. കുംഭഗോപുരത്തിലെ പാവ്‌ലൊ ഉസല്ലോയുടെ ഫ്രെസ്കോ ചിത്രവും മാറ്റി. പള്ളിക്കകത്തെയും പുറത്തെയും ശില്പങ്ങളും എടുത്തുമാറ്റി.

ഡുവോമോയ്ക്കു മുകളിൽ ഒരു സംരക്ഷണ കവചം നിർമിക്കാൻ 1943ൽ തീരുമാനിച്ചു. ബാപ്പിസ്ട്രിയുടെ വെങ്കല വാതിലുകളും മാറ്റി. അവിടത്തെ പ്രതിമകളും സുരക്ഷിതമായ സ്ഥലത്തേക്കു മാറ്റി. ബെൽ ടവർ കോൺക്രീറ്റ് കവചത്തിനുള്ളിലാക്കി. മറ്റ് പ്രശസ്തമായ കെട്ടിടങ്ങൾക്കും സംരക്ഷണമൊരുക്കി. പിയാസാ സിഗ്നോറിയിലെ കൊസിമോയുടെയും കുതിരയുടെയും ശില്പങ്ങൾ സുരക്ഷിതസ്ഥലത്തേക്കു നീക്കി. ചിത്രങ്ങൾക്കു കുഷനുകൾ വച്ച് സംരക്ഷണമൊരുക്കി.

മൈക്കലാഞ്ജലോയുടെ പ്രശസ്തമായ ശില്പങ്ങൾ ഗലേറിയ ഡെൽ അക്കാദമിയയിലേക്ക് മാറ്റുകയും ഇഷ്ടികകൊണ്ട് കവചമുണ്ടാക്കി അതിനുള്ളിൽ സ്ഥാപിക്കുകയും ചെയ്തത് ഇക്കാലത്തായിരുന്നു.

പിയാസ ഡുവോമ 19 അറിയപ്പെടുന്ന ആതുരസേവന കേന്ദ്രമാണ്. 1244ൽ എസ് പിയെട്രോ മാർടയർ രോഗികളെ സഹായിക്കുന്നതിനും മരിച്ചവരെ സംസ്കരിക്കുന്നതിനും വേണ്ടി സ്ഥാപിച്ചതാണത്. 16-ാം നൂറ്റാണ്ടിൽ അതു കൊട്ടാരത്തിന്റെ ഭാഗമാകുകയും 1700കളിൽ നവീകരിക്കുകയും ചെയ്തു. അതിനുള്ളിൽ പെയിന്റിങ്ങുകളും പ്രിന്റുകളും മറ്റ് പ്രമാണ രേഖകളും സൂക്ഷിച്ചു. ഇപ്പോഴത്തെ ഫ്ളോറന്റൈൻ കാലത്തും ആയിരക്കണക്കിന് അംഗങ്ങളോടെ അതിന്റെ പ്രവർത്തനം തുടരുന്നു.

ലോഗിയ ഡെൽ ബിഗാലോയിൽ ഗോഥിക് രീതിയിലുള്ള കലാരൂപങ്ങൾ കാണാം. 1330കളിലാണ് അതിന്റെ നിർമാണം തുടങ്ങിയത്. പ്രാരംഭ കാലത്ത് കൺഫ്രേറ്റർനിറ്റി ഹെഡ്ക്വാർട്ടേഴ്സ് ആയി അതുപയോഗിച്ചു. ഇന്നവിടെ ബിഗാലൊ മ്യൂസിയം സ്ഥിതി ചെയ്യുന്നു. 1300 മുതൽ 1700 വരെയുള്ള ബിഗാലോ ക്യാപ്റ്റന്മാരുടെ സൃഷ്ടികൾ അവിടെ സൂക്ഷിച്ചിട്ടുണ്ട്. മനോഹരമായ മഡോണ ഓഫ് മേഴ്സിയും അക്കൂട്ടത്തിലുണ്ട്. ഫ്ളോറൻസിന്റെ ഏറ്റവും പുരാതനമായ ഭാഗം ഇവിടെ കാണാം. അതിന്റെ പുറംഭാഗത്ത് ബൈബിളിലെ ചിത്രങ്ങൾ ആലേഖനം ചെയ്ത് മാർബിൾ ശിലകളാണുള്ളത്.

ഓർസാൻമിച്ചലെ പള്ളിയാണ് അടുത്ത കാഴ്ച. എസ്. കാർലൊ പള്ളിയുടെ മുന്നിലാണിത്. ഗ്രെയിൻ ലോഗിയ മാർക്കറ്റ് സ്ഥാപിക്കുന്നതിനായി 1290ൽ ഇതിന്റെ ഘടന മാറ്റി. 1380 ൽ ഇത് പള്ളിയാക്കി മാറ്റി. നഗരത്തിലെ പ്രശസ്ത ശില്പികൾ രൂപകല്പന ചെയ്ത പുണ്യ, പുരുഷന്മാരുടെ പ്രതിമകൾ അകത്തു സ്ഥാപിച്ചു.

പാലസൊ ഡെൽ ആർട്ടെ ഡെല്ല ലാന ഓർസാൻമിച്ചലെ പള്ളിക്കു സമീപമാണ്. ഏറ്റവും സമ്പന്നരായിരുന്ന മേജർ ഗിൽഡ്സിന്റെ 14-ാം നൂറ്റാണ്ടിലെ കൊട്ടാരമായിരുന്നു ഇത്. ഹൗസ്-ടവർ ആയി കാണപ്പെടുന്ന അവിടെ ഇപ്പോൾ ഓഫീസുകൾ പ്രവർത്തിക്കുന്നു. മഹാകവി ദാന്തെയുടെ വലിയൊരു ഫ്രെസ്കോ ചിത്രം ഭിത്തിയിൽ കാണാം.

ഏഴ്

പിയാസ ഡെല്ല സിഗ്നോറിയ പ്രദേശം സഞ്ചാരികളെ ആകർഷിക്കും. പിയാസ ഡെല്ല സിഗ്നോറിയയും ഉഫീസിയുമാണു പ്രധാനം. പിയാസ ഡെല്ല സിഗ്നോറിയ, നഗരത്തിലെ രാഷ്ട്രീയ സിരാകേന്ദ്രമായി മാറി. ആഘോഷാവസരങ്ങളിൽ പൊതുജനങ്ങൾക്ക് ഒത്തുകൂടുന്നതിനുള്ള സ്ഥലമാണിത്. സമീപത്തായി യോഗം ചേരുവാനുള്ള ലോഗിയ ഡെൽ ലാൻസിയുമുണ്ട്.

അതു പിന്നിട്ടാൽ പാലസൊ വെച്ചിയോയിൽ എത്തും. അദ്ഭുതകര മായ ഒരു മണിഗോപുരം അവിടെയുണ്ട്. ജനറൽ കൗൺസിൽ കൂടുന്ന തിനുള്ള 53 മീറ്റർ നീളവും 22 മീറ്റർ വീതിയുമുള്ള വലിയ ഹാളുമുണ്ട്. ഗ്രാന്റ് ഡ്യൂക്കിന്റെ ഇരിപ്പിടമുള്ള ഹിയറിങ് ഹാളും അതിനടുത്ത് സ്ഥിതി ചെയ്യുന്നു. ജൂലിയസ് പോപ്പ് രണ്ടാമന്റെ ശവകുടീരത്തിനു വേണ്ടി മൈക്ക ലാഞ്ജലോ നിർമിച്ച ജീനിയസ് ഓഫ് വിക്ടറി എന്ന സൃഷ്ടിയും അവിടെ സൂക്ഷിച്ചിരിക്കുന്നു.

പാലസൊ വെച്ചിയോ കഴിഞ്ഞാൽ ദി ഉഫീസി കാണാം. 13 ജില്ലാ ജഡ്ജിമാർക്ക് ഒത്തുകൂടുന്നതിനുള്ള സ്ഥലമായി വാസരി രൂപകല്പന ചെയ്തതാണ് ഇത്. ഇന്നത് അതുല്യകലാസൃഷ്ടികൾ സൂക്ഷിച്ചിരി ക്കുന്ന ഉഫീസി ഗാലറിയാണ്. ശാസ്ത്രസംബന്ധമായ 5000 വസ്തുക്കൾ സൂക്ഷിച്ചിരിക്കുന്ന സയൻസ് ഹിസ്റ്ററി മ്യൂസിയവും തൊട്ടടുത്തുണ്ട്.

പിയാസ ഡെല്ല സിഗ്നോറിയ ചത്വരം നഗരത്തിലെ രാഷ്ട്രീയ സിരാ കേന്ദ്രമായി പരിഗണിക്കപ്പെടുന്നു. ഇടതുവശത്ത് ഇക്വസ്ട്രിയൻ മോണു മെന്റ് ഓഫ് കൊസിമൊ കാണാം. 1594 ലെ ഈ മന്ദിരം രൂപകല്പന ചെയ്തത് ഫ്ളെമിഷ് ചിത്രകാരനായ ഗിയാമ്പൊ ലോഗ്നയാണ്. 1575ൽ നിർമിച്ച ഒരു മാർബിൾ ഫൗണ്ടനും സമീപത്തുണ്ട്. കടൽക്കുതിരകൾ വലിക്കുന്ന രഥത്തിൽ നെപ്റ്റ്യൂൺ ദേവനെ അതിൽ ചിത്രീകരിച്ചിരി ക്കുന്നു. കൂട്ടത്തിൽ പറയട്ടെ: ഉപദേശി സവോനാരോളയെ 1498ൽ ഇവിടെ വച്ചാണ് ചുട്ടുകൊന്നത്. ഫൗണ്ടനുമുന്നിൽ അക്കാര്യം ഒരു ഫലകത്തിൽ രേഖപ്പെടുത്തിയിട്ടുണ്ട്. പാലസൊ വെച്ചിയോയിലേക്കുള്ള പടികളിൽ ഇടത്തുനിന്നു വലത്തേക്ക് വച്ച കലാരൂപങ്ങൾ ദർശിക്കാം.

ഒരുകാലത്ത് നഗരത്തിന്റെ പ്രതീകമായിരുന്നു മാർസോക്കൊ അഥവാ സിംഹ പ്രതിമ, 1438 ൽ ഡൊണാറ്റെല്ലോ ആണ് നിർമിച്ചത്. ബാർഗെല്ലോ മ്യൂസിയത്തിൽ അതിന്റെ ശരിയായ രൂപം വച്ചിരിക്കുന്നു. സിംഹപ്രതിമയ്ക്കപ്പുറത്ത് ജൂഡിത്ത് കൂടാതെ ഹോളോഫേൺസിന്റെ അടുത്തകാലത്തുണ്ടാക്കിയ വെങ്കല മാതൃകയും കാണാം. ഡൊണാറ്റെല്ലോ ആണ് ഇതും നിർമിച്ചത്. മൈക്കലാഞ്ജലോയുടെ ദാവീദിന്റെ മാർബിൾ മാതൃകയും ഇവിടെ സ്ഥാപിച്ചിട്ടുണ്ട്. ഒടുവിലായി ഹെർക്കുലീസ് കൂടാതെ കാക്കസിന്റെ ബി.ബാണ്ടിനെല്ലി രൂപപ്പെടുത്തിയ ശില്പവും വച്ചിരിക്കുന്നു.

ലോഗിയ ഡി ലാൻസിയാണ് ഇനി കാണാനുള്ളത്. ലോഗിയ ഡെല്ല സിഗ്നോറിയ എന്നും ഇതറിയപ്പെടുന്നു. ആഘോഷാവസരങ്ങളിൽ പൊതുജനങ്ങൾക്ക് ഒത്തുകൂടുന്നതിനുള്ള സ്ഥലമാണിത്. ഇതുപയോഗിച്ചിരുന്നത്. 1376 മുതൽ 1382 വരെയുള്ള കാലത്ത് ബി.ഡി സിയോൺ, എസ്.ടാലേന്റി എന്നിവരാണ് ഇത് രൂപകല്പന ചെയ്തത്. ഫ്ളോറൻസ്

റേപ്പ് ഓഫ് ദ് സാബൈൻസ്: 1583ൽ മാർബിളിൽ ഈ ശില്പം നിർവഹിച്ചത് ഗിയാംബോളോഗ്നയാണ്.

ഗിയാംബോളോഗ്ന നിർമിച്ച ഹെർക്കുലീസ് ശില്പം

റിപ്പബ്ലിക്കിന്റെ പരാജയത്തിനു ശേഷം ഡ്യൂക്ക് അലസാമോ ഡി മെഡിസി ഈ ലോഗിയ ഉപയോഗിച്ചു. രാഷ്ട്രീയ യോഗങ്ങൾക്കു പകരം അദ്ദേഹം അവിടെ കലാകാരന്മാരുടെയും ശില്പികളുടെയും സമ്മേളന സ്ഥലമാക്കി മാറ്റി.

ഗോഥിക് സ്റ്റൈലിൽ തീർത്ത തിയോളജിക്കൽ രൂപങ്ങൾ അവിടെയുണ്ട്. കർദിനാൾ വർച്ച്യുകളുടെ പ്രതീകങ്ങളായ അലങ്കാരങ്ങളാണ് ലോഗിയയിൽ ചെയ്തിരുന്നത്. വലതുവശത്ത് ആദ്യ നിരയിൽ 1583ൽ രൂപപ്പെടുത്തിയ റേപ്പ് ഓഫ് ദി സാബൈൻസ്, ഹെർക്കുലീസ് ആൻഡ് സെന്റൗർ എന്നീ ശില്പങ്ങളും കാണാം. ഗിയാംബോളോഗ്നയാണ് ഇതു രണ്ടും നിർമിച്ചത്. അവയുമായി സാമ്യമുള്ള മറ്റു ശില്പങ്ങളും അവിടെയുണ്ട്.

ഇടത്തെ കമാനത്തിനു താഴെയായി വെങ്കലത്തിൽ നിർമിച്ച പേഴ്സ്യൂസ് ശില്പം കാണാനാവും. 1554ൽ ബി. സെല്ലിനിയാണ് അതു നിർമിച്ചത്. പിറകുവശത്തെ ഭിത്തിക്കെതിരായി ആറു റോമൻ സ്ത്രീ പ്രതിമകളും സ്ഥാപിച്ചു.

പാലസൊ വെക്ചിയോ എന്ന അദ്ഭുതമന്ദിരം ഇനി കാണാം. പാലസൊ വെക്ചിയോയ്ക്ക് മറ്റു പേരുകളുമുണ്ട്. പാലസൊ ഡി പ്രയോരി, പാലസൊ ഡെല്ല സിഗ്നോരിയാ എന്നീ പേരുകളിലും അതറിയപ്പെടുന്നു. നീണ്ടുകിടക്കുന്ന ഈ കെട്ടിടം പ്രാർത്ഥനായോഗങ്ങൾക്കായി 1293ൽ നിർമിച്ചതാണ്. 1565ൽ കൊസിമൊ ഒന്നാമൻ തന്റെ വാസസ്ഥാനം ഇവിടെനിന്ന് പാലസൊ പിറ്റിയിലേക്കു മാറ്റാൻ തീരുമാനിച്ചു. അതോടെ ഈ മന്ദിരം അന്നത്തെ ഫ്ളോറൻസ് രാഷ്ട്രത്തിന്റെ തലസ്ഥാനമായി. 1865നും 1870നും മധ്യേ ഇവിടെ ഇറ്റാലിയൻ പാർലമെന്റിന്റെ ആസ്ഥാനമായി. 1872 വരെ നഗരസഭയുടെ ഭരണപരമായ ഓഫീസുകൾ ഇവിടെ പ്രവർത്തിക്കുന്നുണ്ടായിരുന്നു.

സമീപത്തൊരു ബെൽ ടവർ ഉണ്ടായിരുന്നു. കോട്ടയുടെ രീതിയിലാണതു തലയുയർത്തി നിന്നിരുന്നത്. 94 മീറ്ററായിരുന്നു അതിന്റെ ഉയരം. മൂന്ന് തലങ്ങളായി അത് തിരിച്ചിരുന്നു. ഏറ്റവും മുകളിൽ ഫ്ളോറന്റൈൻ റിപ്പബ്ലിക്കിന്റേതായ ഒൻപതു പ്രതീകങ്ങൾ നിറഞ്ഞ കമാനങ്ങളുടെ നിര ഉണ്ടായിരുന്നു. 1453 മുതലുള്ള വർഷങ്ങളിൽ കൊട്ടാരത്തിന്റെ വലുപ്പം കൂട്ടിക്കൊണ്ടിരുന്നു.

മിക്കലെസ്സോ, വാസരി, ബി.ബോണറ്റാലെന്റി എന്നിവർ കൊട്ടാരത്തിന്റെ രൂപകല്പന നടത്തി. ഒന്നാമത്തെ കോർട്ട്യാഡിലുള്ള മിക്ക അലങ്കാരങ്ങളും വാസരിയുടേതായിരുന്നു. മനോഹരമായ ഫ്രെസ്കോ ചിത്രങ്ങളും മറ്റുള്ളവയും അതിൽപെടുന്നു. ഫ്രാൻസിസ്കോ ഡി മെഡിസിയുടെയും ആസ്ട്രിയയിലെ ഗിയോവന്നയുടെയും വിവാഹാഘോഷവേളയിലാണ് അലങ്കാരങ്ങളൊരുക്കിയത്. നടുവിലായി ഡോൾഫിൻ

ജീനിയസ് ഓഫ് വിക്ടറി എന്ന മൈക്കലാഞ്ജലോ ശില്പമാണിത്.

ഫൗണ്ടൻ കാണാം. സിംഹത്തിന്റെയും ലില്ലി പുഷ്പത്തിന്റെയും പ്രതിമയും അതിനടുത്തുണ്ട്.

അഞ്ഞൂറു പേർക്ക് ഇരിക്കാവുന്ന ഒരു ഹാൾ ഇതിനോടൊപ്പമുണ്ട്. 1495ൽ ക്രോണാക്ക രൂപപ്പെടുത്തിയ വിശാലമായ ഈ ഹാളിലേക്ക് മനോഹരമായ സ്റ്റെയർകേസിലൂടെ കയറിച്ചെല്ലാം. ആ കോവണിപ്പടി വിഭാവനചെയ്തതു പ്രശസ്ത ചിത്രകാരൻ വാസരിയാണ്. 53 മീറ്റർ നീളവും 22 മീറ്റർ വീതിയുമുണ്ട് ഹാളിന്. റിപ്പബ്ലിക്കൻ സർക്കാരിന്റെ ജനറൽ കൗൺസിൽ ചേരാനാണ് ഈ ഹാൾ ഉപയോഗിച്ചിരുന്നത്.

കൊസിമൊ ഒന്നാമന്റെ കീഴിൽ 1563 ൽ ഇത് റിസപ്ഷൻ ഹാളാക്കി മാറ്റി. വാസരിയുടെ ഫ്രെസ്കോ ചിത്രങ്ങളും അവിടെയുണ്ട്. ഫ്ളോറൻസിന്റെ ചരിത്രവുമായി ബന്ധപ്പെട്ട നിരവധി ചിത്രങ്ങൾ ഏറെ സഹായികളുടെ സഹകരണത്തോടെയാണ് വാസരി ഇവിടെ പൂർത്തിയാക്കിയത്.

ഹാളിലെ മറ്റു സ്ഥാനങ്ങളെ അപേക്ഷിച്ച് അല്പം ഉയർന്ന തലത്തിലാണ് ഹിയറിങ് ഹാൾ ഒരുക്കിയിരിക്കുന്നത്. അവിടെയായിരുന്നു ഗ്രാന്റ് ഡ്യൂക്കിന്റെ ഇരിപ്പിടം. ബാണ്ടിനെല്ലി തയ്യാറാക്കിയ മാർബിൾ ശില്പങ്ങൾ അതിനടുത്തായി കാണാം. ഹാളിലേക്കുള്ള പ്രവേശന കവാടത്തിന് എതിർവശത്തായി മൈക്കലാഞ്ജലോ രൂപപ്പെടുത്തിയ ജീനിയസ് ഓഫ് വിക്ടറി സ്ഥാപിച്ചിരിക്കുന്നു. പോപ്പി ജൂലിയസ് രണ്ടാമന്റെ ശവകുടീരത്തിൽ വയ്ക്കാനാണ് മൈക്കലാഞ്ജലോ അത് രൂപകല്പന ചെയ്തത്.

സ്റ്റുഡിയോളൊ ഓഫ് ഫ്രാൻസിസ്കോ എന്ന അലങ്കാര ചിത്രപ്പണികൾ പ്രവേശന കവാടത്തിന്റെ ഇടതുവശത്തെ വാതിലിലുണ്ട്. 1572ൽ വാസരിയും ശിഷ്യന്മാരുമാണ് ഈ വാതിലിൽ അലങ്കാരപ്പണികൾ ചെയ്തത്. ശാസ്ത്രമേഖലയിൽ ഫ്രാൻസിസ്കോയുടെ പഠനങ്ങൾക്കായാണ് ഇതു സമർപ്പിച്ചിരിക്കുന്നത്. ഭിത്തികളിൽ മറഞ്ഞിരിക്കുന്ന അലമാരികളിൽ അപൂർവമായ ചരിത്രസ്മാരകങ്ങൾ പുതുക്കുന്ന പലതുമുണ്ട്. ബ്രോൺസിനൊ വരച്ച അപൂർവ ചിത്രങ്ങളും കാണാം. പുരാണത്തിലെ ദേവന്മാരുടെ ചെറിയ പ്രതിമകളും സൂക്ഷിച്ചുവച്ചിട്ടുണ്ട്.

സമീപത്തുള്ള ലിയോ പത്ത് അപ്പാർട്ട്മെന്റുകളിൽ മെഡിസി കുടുംബത്തെ പ്രകീർത്തിക്കുന്ന വാസരിയുടെ പെയിന്റിംഗുകളാണ്. ലിയോ പത്താമനുവേണ്ടി സമർപ്പിച്ച ഹാളിൽ ലോറൻസൊ ഡി മെഡിസിയുടെ പുത്രൻ കർദ്ദിനാൾ ഗിയോവന്നിയുടെ ജീവിതത്തിൽനിന്നുള്ള രംഗങ്ങളാണ് ആലേഖനം ചെയ്തിരിക്കുന്നത്. മെഡിസി കുടുംബത്തിലെ മറ്റുള്ളവരെ പ്രതിനിധീകരിക്കുന്ന പ്രതിമകളും അവിടെയുണ്ട്. ഭരണസംബന്ധമായ ഓഫീസുകളായതിനാൽ മറ്റു മുറികളിൽ സന്ദർശകരെ

കയറ്റുന്നില്ല. അവയിൽ ഹാൾ ഓഫ് ക്ലെമന്റ് ഏഴാമൻ, ഹാൾ ഓഫ് ഗിയോവന്നി, ഹാൾ ഓഫ് കൊസിമൊ-1, ഹാൾ ഓഫ് ലോറൻസൊ ദി മാഗ്നിഫിഷ്യന്റ്, ഹാൾ ഓഫ് കൊസിമൊ ദി എൽഡർ എന്നിവ ഉൾപ്പെടുന്നു.

അവയിലൊന്നിൽ ഫ്ളോറൻസിൽ ഉപരോധമേർപ്പെടുത്തിയിരുന്ന കാലഘട്ടത്തിലെ ഫ്രെസ്കോ ചിത്രങ്ങൾ കാണാം. ഓരോ ഹാളിലും ആ ഹാളിനെ പ്രതിനിധീകരിക്കുന്നവരുടെ പോർട്രെയ്റ്റുകൾ വച്ച് അലങ്കരിച്ചിട്ടുണ്ട്.

എട്ട്

അപ്പാർട്ട്മെന്റ്സ് ഓഫ് എലിമെന്റ്സ് ഇനി നമുക്കു കാണാം. ജി.ബി. ഡെൽ ടാസൊ രുപകല്പന ചെയ്ത അഞ്ച് മുറികൾ അവിടെയുണ്ട്. അവയിലെല്ലാം അലങ്കാരപ്പണികൾ നിർവഹിച്ചിരിക്കുന്നത് വാസരിയും സഹായികളുമാണ്. അവിടെ ഹാൾ ഓഫ് എലിമെന്റ്സ് ആണ് ആദ്യത്തെ മുറി. അവിടെ അമ്മാനറ്റി രൂപകല്പന ചെയ്ത മാർബിൾ ഫയർപ്ലേസ് സവിശേഷതയുള്ളതാണ്.

നഗരത്തിന്റെ അതിമനോഹരമായ ഒരു ദൂരക്കാഴ്ചയും ഈ മുറിയിൽ നിന്നു സാധ്യമാണ്. ഹാൾ ഓഫ് ഹെർക്കുലീസ്, ഹാൾ ഓഫ് ജോവ്, ഹാൾ ഓഫ് സെറിസ് എന്നിവയും സമീപത്തുണ്ട്. ഈ ഹാളുകളെല്ലാം അതതിന്റെ കാലഘട്ടവുമായ ബന്ധപ്പെട്ട നിരവധി ചിത്രങ്ങളാൽ അലങ്കരിച്ചിരിക്കുന്നു.

അപ്പാർട്ട്മെന്റ്സ് ഓഫ് എല്ലനോർ ഓഫ് ടോളഡൊയാണ് അതിനു ശേഷം നാം കാണുക. പ്രശസ്തനായ ആർ. ഗിർലാൻഡായിയുടെ ചിത്രങ്ങൾ അതിന്റെ മേൽത്തട്ടിനെ അലങ്കരിക്കുന്നു. അതിനടുത്ത് ബ്രോൺസിനൊയുടെ ഫ്രെസ്കോ ചിത്രങ്ങൾ നിറഞ്ഞ ചാപ്പൽ കാണാം.

ചാപ്പൽ ഓഫ് ദി പ്രയേഴ്സ് അഥവാ ദി സിഗ്നോറിയയാണ് പിന്നീട് കാണുന്നത്. ബി.ഡി അഗ്നോലൊ 1514ൽ ആണ് അതു നിർമിച്ചത്. ബൈബിളിലെ നിരവധി രംഗങ്ങൾ അവിടെ ഗിർലാൻഡായി രൂപപ്പെടുത്തിയിരിക്കുന്നു. ചാപ്പലിനടുത്തുള്ള ഫ്ളെർ ഡെ ലിസ് ഹാൾ അതിന്റെ മാർബിൾ കവാടം കൊണ്ട് ശ്രദ്ധേയമാണ്. 1481ൽ ജി, ബി. ഡാ മയാനോ ആണ് അതു നിർമിച്ചത്.

തടികൊണ്ടുള്ള മുകളിലെ മേൽത്തട്ടിൽ ആകാശ നീലനിറത്തിന്റെ പശ്ചാത്തലത്തിൽ സുവർണ ലില്ലി ചിത്രീകരിച്ചിരിക്കുന്നു. ഡൊണാറ്റെലോയുടെ മാസ്റ്റർ പീസായ ജൂഡിത്ത് ആൻഡ് ഹോളോ ഫേൺസിന്റെ ഒറിജനലും അവിടെ സൂക്ഷിച്ചിട്ടുണ്ട്. മെഡിസി കുടുംബത്തിന്റെ വിലപ്പെട്ട വസ്തുക്കൾ സൂക്ഷിച്ചിരിക്കുന്ന ഹാൾ ഓഫ് മാപ്സ് ആണ് അടുത്തുള്ളത്. ടസ്കാൻ സ്കൂൾ പെയിന്റിംഗുകളും പ്രതിമകളും പിന്നീട് അവിടെ സംഭരിച്ചിട്ടുണ്ട്.

പാലസൊ വെക്ചിയോയുടെ തൊട്ടു വലതുവശത്തായി കാണുന്നതാണു ദി ഉഫീസി. കൊസിമൊ ഒന്നാമൻ ഡി. മെഡിസി 1560 ൽ അതിന്റെ രൂപകല്പന വാസരിയെ ചുമതലപ്പെടുത്തി. നഗരത്തിലെ 13 മജിസ്ട്രസികളേയും ഒരേ സ്ഥലത്തേക്കു കൊണ്ടുവരാനും അദ്ദേഹം വാസരിയോട് ആവശ്യപ്പെട്ടു. വാസരി അതിനായി അവിടെയുണ്ടായിരുന്ന ഒരു പള്ളി ഉൾപ്പെടെ പഴയ കുറെ കെട്ടിടങ്ങൾ പൊളിച്ചു നീക്കം ചെയ്തു. പാലസൊ വെച്ചിക്കോയിൽനിന്നു ലോഗിയ ഡെല്ല സിഗ്നോറിയ വരെ നീളുന്ന ഡോറിക് സ്റ്റൈലിലുള്ള നീണ്ട രണ്ടു പോർട്ടിക്കോകളുടേതായിരുന്നു പുതിയ പ്രോജക്ട്. കമാനത്തിനു പിറകിലായി 1585ൽ ഗിയാംബോളോഗ്ന നിർമിച്ച സ്റ്റാച്ച്യൂ ഓഫ് കൊസിമൊ കാണാം.

ദി ഒഫീസിയുടെ നിർമാണം പൂർത്തിയായത് 1580 ൽ ആണ്. അതൊരു ഗാലറിയാക്കി മാറ്റാനും ഒടുവിൽ ആലോചനകൾ നടന്നു. ഗ്രാന്റ് ഡ്യൂക്ക് തന്റെ വിലകൂടിയ നിധികൾ ട്രിബ്യൂണിൽ സൂക്ഷിച്ചു. വൈകാതെ ഗ്രീക്ക്, റോമൻ പ്രതിമകളുടെ ഗാലറിയായി അതു മാറ്റപ്പെട്ടു. പിന്നീടു വന്ന ഭരണാധികാരികൾ കൂടുതൽ അമൂല്യവസ്തുക്കൾ അവിടെ സംഭരിച്ചു. ശില്പങ്ങൾ, ഗണിതശാസ്ത്രപരവും ശാസ്ത്രപരവുമായ അപൂർവ ഉപകരണങ്ങൾ തുടങ്ങിയവ അക്കൂട്ടത്തിൽപെടുന്നു. റാഫേൽ, ടിഷ്യൻ, പിയെറോ ഡെല്ല ഫ്രാൻസിസെസ്ക തുടങ്ങിയവരുടെ പെയിന്റിംഗുകളും ആ ശേഖരത്തിലുണ്ടായിരുന്നു.

ഉഫീസിയിലേക്കുള്ള പ്രവേശന കവാടത്തിൽ പള്ളിയുടെ അവശിഷ്ടങ്ങൾ കാണാം. പഴയകാലത്തെ ചില ഫ്രെസ്കോ ചിത്രങ്ങളുമുണ്ട്.

ഉഫീസിയിലേക്കുള്ള പ്രവേശന കവാടത്തിലൂടെ
കടന്നുചെല്ലുമ്പോൾ കാണുന്ന
ബാറ്റിൽ ഓഫ് സെന്റ് റൊമാന എന്ന ചിത്രം.

വലതുവശത്തെ ഭിത്തിയിൽ ബാറ്റിൽ ഓഫ് സെന്റ് മാർട്ടിൻ എന്ന പ്രശസ്ത ചിത്രം വച്ചിരിക്കുന്നു. അതിനിടതുവശത്ത് ബോട്ടിസെല്ലിയുടെ ചിത്രവുമുണ്ട്.

മുകളിലത്തെ നിലയിൽ 15 മുതൽ 20-ാം നൂറ്റാണ്ടു വരെയുള്ള ഇറ്റാലിയൻ ചിത്രകാരന്മാരുടെയും വിദേശ ചിത്രകാരന്മാരുടെയും പെയിന്റിംഗുകളാണ്. ലിയനാഡോ, റാഫേൽ, മൈക്കലാഞ്ജലോ എന്നിവരുടെ ഒറിജിനൽ ചിത്രങ്ങളും അക്കൂട്ടത്തിലുണ്ട്. അടുത്ത നിലയിലെ മേൽക്കട്ടിയിൽ 16-ാം നൂറ്റാണ്ടിലെ ഫ്ളോറൻസിലെ പ്രശസ്തരുടെ ചിത്രങ്ങളും സ്ഥാനം പിടിച്ചിരിക്കുന്നു.

ഒമ്പത്

ഉഫീസിയിലെ അമ്പതോളം മുറികളിൽ അതിപ്രശസ്തരുടെ എണ്ണമറ്റ ചിത്രങ്ങളും ശില്പങ്ങളും മറ്റ് കലാവസ്തുക്കളും ശേഖരിച്ചിരിക്കുന്നു. അക്കൂട്ടത്തിൽ എസ്. മാർട്ടിനി, എൽ. മെമ്മി, എ. ലോറൻസെറ്റി, പി.ലോറൻസെറ്റി, ടി. ഗാഡി, ബി. ഡാഡി, എൻ.ഡി. സിയോൺ, എ.ഡി. സിയോൺ, ഓർക്കാഗ്ന, ഗിയോട്ടിനോ, ജെ. ബെല്ലിനി, ജി.ഡ. ഫെബ്രി യാനോ, എൽ. മൊണാക്കൊ, പി. ഡെല്ല ഫ്രാൻസിസ്ക, പി. ഉസെലോ, മസാസിയോ, മസോലിനോ, ബി. ആഞ്ചലിക്കോ, വെനെസിയാനോ, ഫിലിപ്പിനൊ ലിപ്പി, എ. ബാൾഡൊവിനിറ്റി, പി. ഡെൽ പൊളായോലോ, ബോട്ടിസെല്ലി, എച്ച്. വാൻ ഡെർ ഗോസ്, ഡി.ഘിർലാന്റിയോ, ലിയോ നാഡോ, എ. ഡെൽ വെറോച്ചിയോ, എൽ. സിഗ്നൊറെല്ലി, പെറുജിനൊ,

ടിഷ്യാന്റെ വീനസ് ഓഫ് ഉർബിനോ

എൽ.ഡി. ക്രെഡി, പി.ഡി. കൊസിമൊ, എസ്. ബൗൺസിഗ്നോറി, ജെ. സുച്ചി, ബ്രോൺസിനൊ, വാസരി, പൊണ്ടോർമൊ, ആർ. ഫിയോറെന്റിനോ, എ. ഡെൽ സാർടൊ, സിഗ്നൊറെല്ലി, പെറുഗിനൊ, എൽ.ഡി. ക്രെഡി, പി.ഡി. കൊസിമൊ, എഫ്. ഫ്രാൻഷ്യ, എ. ഡുറെർ, ജിയോർജി യോൺ, സി.ഡ. കൊണെഗ്ലിയാനോ, സി. ടുറ, എ. അൽറ്റ്ഡോർഫർ, എച്ച്. ഹോൾബിൻ, ജി. ഡേവിഡ്, എച്ച്. മെമ്ലിംഗ്, ജെ. വാൻ ക്ലേവ്, എ. മാണ്ടേഗ്ന, കൊറീജിയോ, ഫ്രാ ബാർത്തലോമിയോ, എം. ആൽബെർട്ടിനെല്ലി, റാഫേൽ, എ. ഡെൽ സാർട്ടൊ, ബ്രോൺസിനൊ, റോസ്സൊ ഫിയോറെന്റിനൊ, ടിഷ്യാൻ, എസ്. ഡെൽപിയോമ്പൊ, ജെ. പാൽമ ഇൽ വെച്ചിയൊ, പാർമിഗിയാനിനൊ, ഡി. ദോസി, എൽ. മസ്സോളിനൊ, ഗാറൊഫാലൊ, ഫെറോനീസ്, ടിന്റൊറെറ്റോ, ബസ്സാനൊ, എഫ്. ക്ലൗട്ട്, എ.അല്ലോറി, ബ്രോൺസിനൊ, എൽ. ലോട്ടൊ, ജി. കാമ്പി, ജി.ബി. മൊറോണി, എഫ്. ബാറോസി, സിഗോളി, പി. പി. റൂബെൻസ്, എ. വാൻ ഡിക്ക്, ജെ. സട്ടർമാൻസ്, എ. കറാസി, റെംബ്രാൻഡ്, ജി.എം. ക്രെസ്പി, പി.ലോംഗി, കനാലെറ്റോ, എഫ്. ഗോർഡി, ജെ.ഇ. ലിയോടാർഡ്, ആർ. കറിയെറ, എഫ്. ഗോയ, കറാവാജിയോ, എ. ജെന്റിലെസ്ചി തുടങ്ങിയവരുടെ കലാസൃഷ്ടികളുണ്ട്.

അക്കാദമിയ ഡി ജോർജോഫിലി എന്ന സ്ഥാപനം കാർഷിക ശാസ്ത്ര ഗവേഷണത്തിന് 1753ൽ സ്ഥാപിതമായ അക്കാദമിയാണ്. ആ മേഖലയിലെ പുസ്തകങ്ങളുടെ വിപുലമായ ശേഖരം ഇവിടെയുണ്ട്. ടോറി ഡി പൾസിയിലാണ് ഇതിന്റെ ഹെഡ്ക്വാർട്ടേഴ്സ്. ഇക്കാലത്തും ഈ സ്ഥാപനത്തിന് ഏറെ പ്രസക്തിയുണ്ട്. 1993 ൽ ഒരു മാഫിയ ആക്രമണത്തിൽ ഇതിന്റെ ചില ഭാഗങ്ങൾ നശിപ്പിക്കപ്പെട്ടു. അതിനടുത്തായി 16-ാം നൂറ്റാണ്ടിലെ പോർട്ടാ ഡെല്ല സപ്ലിച്ചെയും നിലകൊള്ളുന്നു. ബൂണോടാലന്റിയാണ് ഈ പ്രാർത്ഥനാലയം രൂപകല്പന ചെയ്തത്. അതിന്റെ ഒരു വശത്ത് പുറത്തേക്കുള്ള കമാനവും ഒരുക്കിയിരിക്കുന്നു. ഗ്രാന്റ് ഡ്യൂക്കിനോടുള്ള അഭ്യർത്ഥനകൾ വാതിലിൽ പതിച്ചിരിക്കുന്നതിനാലാണ് പോർട്ടാ ഡെല്ല സപ്ലിച്ചെ എന്ന പേരു നൽകിയത്.

എസ്. സ്റ്റെഫാനോ അൽ പോണ്ടെ പള്ളിയും മ്യൂസിയോ ഡയോസെസാനോയും സംഗീതത്തിൽ താത്പര്യമുള്ളവർ നിർബന്ധമായും കണ്ടിരിക്കണം. അക്കാലത്ത് സംഗീതപരിപാടികൾക്ക് ഉപയോഗിക്കുന്ന ഈ ഹാളിനെ സംബന്ധിച്ച രേഖകൾ 12-ാം നൂറ്റാണ്ടിൽ തന്നെ രേഖപ്പെടുത്തിയിട്ടുണ്ട്. മുഖപ്പിന്റെ താഴത്തെ ഭാഗം മാർബിൾ പോർട്ടൽ സഹിതം റൊമാനെസ്ക്യു എന്നറിയപ്പെടുന്നു. മുകളിലത്തെ ഭാഗം ഗോഥിക് സ്റ്റൈലിലുള്ളതാണ്. അകത്ത് 1500-1600 കാലഘട്ടത്തിലെ ചിത്രകാരന്മാരുടെ രചനകൾ കാണാം. ബൗൺടലേന്റിയുടെ ദി സ്റ്റെയർകേസ്, ഗിയാംബോളോഗ്നയുടെ മാർബിൾ അൾത്താര എന്നിവയും അവിടെയുണ്ട്. ഗിയോട്ടോയുടെ എൻതോൺഡ് മഡോണ, പി. ഉസെല്ലോയുടെ കാൻവാസുചിത്രങ്ങളും കാണാം.

മ്യൂസിയം ഓഫ് ഹിസ്റ്ററി ഓഫ് സയൻസ് അതിനു തൊട്ടടുത്താണ്. 1927ൽ സ്ഥാപിച്ച ഈ മ്യൂസിയത്തിൽ മെഡിസി, ലൊറെയിൻ കുടുംബക്കാരുടെ 5000ലേറെ ശാസ്ത്രവസ്തുക്കൾ ശേഖരിച്ചിട്ടുണ്ട്. പത്തു മുറികളുള്ള രണ്ടു നിലകൾ അതിനായി മാറ്റിവച്ചിരിക്കുന്നു. അവയിൽ ഇറ്റാലിയൻ കൂടാതെ വിദേശ മാത്തമാറ്റിക്കൽ ഉപകരണങ്ങളും ശേഖരിച്ചിരിക്കുന്നു.

അറേബ്യൻ സെലസ്റ്റ്യൽ ഗ്ലോബും അതിലുൾപ്പെടുന്നു. അന്റോണിയോ സാന്റുസിയുടെ ആർമില്ലറി സ്പിയറും അവിടെയുണ്ട്. ഗലീലിയോ ഗലീലിയുടെ ശാസ്ത്ര ഉപകരണങ്ങളാണ് നാല്, അഞ്ച് മുറികളിൽ സൂക്ഷിച്ചിരിക്കുന്നത്. മഹാനായ അദ്ദേഹം ഉപഗ്രഹങ്ങളെ വീക്ഷിച്ചിരുന്ന ഒബ്ജക്ടീവ് ലെൻസ് അതിൽ പ്രധാനമാണ്. അദ്ദേഹത്തിന്റെ കോമ്പസ്, ടെലിസ്കോപ്പ് എന്നിവയും അവിടെ കാണാം. മുകളിലത്തെ നിലയിൽ 18,19 നൂറ്റാണ്ടിലെ ഉപകരണങ്ങളാണുള്ളത്.

അവിടെയുള്ള മെക്കാനിക്കൽ പാരഡോക്സ് പ്രസിദ്ധമാണ്. സ്ഫടിക പാത്രങ്ങളുമുണ്ട്. അതുപോലെ ഗ്രാന്റ് ഡ്യൂക്ക് പിയെട്രോ ലിയോ പോൾഡോയുടെ വർക്ക് ഡെസ്കും രാസസംയുക്തങ്ങളും സൂക്ഷിച്ചിരിക്കുന്നു.

പത്ത്

ഉഫീസി ഗാലറി നവീകരിച്ചപ്പോൾ വാസരി രൂപകല്പന ചെയ്ത്, പണിത കൊറിഡോർ ഇവിടത്തെ ശ്രദ്ധേയ കാഴ്ചയായി. മെഡിസി കുടുംബത്തെ വെല്ലുവിളിച്ച് ലൂക്കാ പിറ്റി നിർമിച്ച പിറ്റി പാലസും പുരാതനമായ പോണ്ടെ വെച്ചിയോ പാലസും ഇതിനടുത്താണ്.

ഇറ്റാലിയൻ, യൂറോപ്യൻ പെയിന്റിംഗുകളുടെ വിപുലമായ ശേഖര മുള്ള പാലറ്റീൻ ഗാലറി, ഹാൾ ഓഫ് സ്റ്റാച്യൂസ്, മ്യൂസിക് മുറി, ഒരു കാലത്ത് മെഡിസി കുടുംബത്തിന്റെയും പിന്നീട് ലോറെയിൻ കുടും ബത്തിന്റെ താമസസ്ഥലമായിരുന്ന റോയൽ അപ്പാർട്ട്മെന്റുകൾ, 18,20 നൂറ്റാണ്ടുകളിലെ ശ്രദ്ധേയമായ ധാരാളം ഇറ്റാലിയൻ പെയിന്റിംഗുകളും ശില്പങ്ങളും പ്രദർശിപ്പിച്ചിരിക്കുന്ന മോഡേൺ ആർട്ട് ഗാലറി, കാരിയേജ് മ്യൂസിയം, കോസ്റ്റ്യൂം ഗാലറി, പോർസെലിൻ മ്യൂസിയം, ഐസ് ഗാർഡൻ, സുവോളജിക്കൽ മ്യൂസിയം തുടങ്ങിയവയും ഈ സഞ്ചാരപ ഥത്തിൽ കാണാനുണ്ട്.

ഉഫീസി നവീകരിക്കുകയും വികസിപ്പിക്കുകയും ചെയ്തപ്പോൾ പാലസൊ വെക്സ്ചിയോയും പാലസൊ പിറ്റിയും തമ്മിൽ രഹസ്യമായി

വാസരി രൂപകല്പന ചെയ്ത ഒരു കിലോമീറ്റർ നീളമുള്ള ആർട്ട് ഗാലറി. 'വാസരി ഇടനാഴി' എന്ന പേരിലാണ് ഇതറിയപ്പെടുന്നത്.

ഒരു ഇടനാഴി നിർമിക്കാൻ ഗ്രാന്റ് ഡ്യൂക്ക് വാസരിയെ ചുമതല പ്പെടുത്തി. ആ കോറിഡോർ ആ ശില്പിയുടെ പേരിലാണ് അറിയപ്പെടുന്നത്.

പാലസൊ വെസ്ചിയോയ്ക്കകത്തുനിന്നു തുടങ്ങുന്ന കോറിഡോർ ഉഫീസി ഗാലറിയിലൂടെ കടന്ന് പോണ്ടെ വെക്ചിയോയ്ക്ക് മുകളിലൂടെ ഒരു കിലോമീറ്ററോളം പിന്നിട്ട് ബൊബോളി ഗാർഡനിലെ മനോഹരമായ ഗുഹയിൽ എത്തിച്ചേരുന്നു. ഈ കോറിഡോറിലൂടെയുള്ള യാത്ര അവിസ്മരണീയമാണെന്നു പറയാതെ വയ്യ.

1973 ൽ ഈ ഗുഹ തുറന്ന പ്രദേശമാക്കി. ഇന്നവിടെ 800 കലാവസ്തുക്കൾ പ്രദർശിപ്പിച്ചിട്ടുണ്ട്. വിദേശ ചിത്രകാരന്മാരുടെയും പ്രശസ്ത ഇറ്റാലിയൻ യാത്രക്കാരുടെയും പോർട്രെയ്റ്റുകളുടെ വിപുലമായ ശേഖരവും ഇവിടെ കാണാം. പോണ്ടെ വെസ്ച്ചിയോയ്ക്ക് മുകൾ ഭാഗത്തെ കോറിഡോറിലൂടെ നടക്കുമ്പോൾ നഗരത്തിന്റെയും നദിയുടെയും അതി മനോഹരമായ ദൃശ്യങ്ങൾ നമുക്ക് ആസ്വദിക്കാം. പോണ്ടെ വെസ്ച്ചിയോ പാലത്തെപ്പറ്റി നേരത്തേ പറഞ്ഞുവല്ലോ. 1345ൽ നിർമിച്ച ഈ പാലത്തിന്റെ ഇരുവശങ്ങളിലുമുള്ള കെട്ടിടങ്ങളുടെ തടി കൊണ്ടുള്ള വാതിലുകൾ അതേപടി സംരക്ഷിച്ചതു കാണാനാവും.

എസ്. ഫെലിസിറ്റ ചർച്ച് ഫ്ലോറൻസിലെ ഏറ്റവും പുരാതനമായ പള്ളികളിലൊന്നാണ്. അതിന്റെ നിർമാണം, അതിന്റെ പ്രവേശന കവാടം നേരത്തേ പറഞ്ഞ വാസരിയുടെ കോറിഡോറിലൂടെ നടന്നാലും കാണാം. അതിനുള്ളിൽ വലതു വശത്തായി 15-ാം നൂറ്റാണ്ടിന്റെ തുടക്കത്തിൽ ബ്രുണെല്ലെസ്ചി രൂപകല്പന ചെയ്ത കാപ്പാണി ചാപ്പൽ കാണാം.

ദ് ത്രീ ഗ്രെയ്സസ് - റൂബൻസിന്റെ രചന

മനോഹരമായ ഫ്രെസ്കോ ചിത്രങ്ങൾ ഇവിടെയും പ്രദർശിപ്പിച്ചിട്ടുണ്ട്.

പാലസൊ പിറ്റി വലിയൊരു കൊട്ടാരമാണ്. അതും നല്ലൊരു കാഴ്ചതന്നെ. 1400കളിൽ ബോബോളി മലയിൽ തനിക്കൊരു കൊട്ടാരം നിർമിക്കണമെന്ന് ലൂക്കാ പിറ്റി തീരുമാനിച്ചു. മെഡിസി കുടുംബത്തെ വെല്ലുവിളിക്കുകയായിരുന്നു ലൂക്കാ പിറ്റിയുടെ ലക്ഷ്യം. 1445 ൽ ബ്രുണെല്ലെസ്ചി അതിന്റെ രൂപകല്പന നിർവഹിച്ചു. മൂന്നു നിലയുള്ള വമ്പൻ കെട്ടിടവും അതിൽ ദൈർഘ്യമേറിയ ബാൽക്കണികളുമായി അതു പണിതു. 1473 ൽ പിറ്റിയുടെ മരണത്തിനു ശേഷം കുടുംബത്തിന് അധികാരം നഷ്ടപ്പെടുകയും കോസിമൊ ഒന്നാമൻ ആ കൊട്ടാരം വാങ്ങുകയും ചെയ്തു. 1549 ൽ അവർ അവിടെ താമസമാക്കി. പിൽക്കാലത്ത് വന്ന ഭരണാധികാരികൾ പാലസൊ പിറ്റിയിൽ ധാരാളം പരിഷ്കാരങ്ങൾ വരുത്തി. ഇപ്പോൾ ആ കൊട്ടാരത്തിന് 205 മീറ്റർ നീളമുണ്ട്.

ഫ്രഞ്ച് ആധിപത്യ കാലത്ത് എട്രൂറിയ രാജ്ഞി, ബോർബോണിലെ മരിയ ലൂയിസ എന്നിവർ (1799-1814) ഈ പാലസോയിൽ താമസിച്ചു. പിന്നീട് എലിസ ബോണപ്പാർട്ട് താമസമാക്കി. ഇക്കാലത്ത് പ്രമുഖ ശില്പികൾ ബാത്ത് ഓഫ് നെപ്പോളിയൻ പോലുള്ള നിർമിതികൾ നടത്തി. ഫ്ളോറൻസ് ഇറ്റലിയുടെ തലസ്ഥാനമായിരുന്നപ്പോൾ വിക്ടോറിയോ ഇമ്മാനുവൽ രാജാവ് ഇവിടെ താമസിച്ചിരുന്നു.

മധ്യഭാഗത്തെ കമാനാകൃതിയിലുള്ള പ്രവേശനമാർഗത്തിലൂടെ അമ്മാനറ്റിസ് കോർട്ട് യാഡ് എന്നറിയപ്പെടുന്ന വിശാലമായ മുറ്റത്തെത്തുന്നു. അവിടെ ഒരു ഫൗണ്ടൻ സ്ഥാപിച്ചിട്ടുണ്ട്. പോർട്ടിക്കോയുടെ താഴെ മനോഹരമായ റോമൻ പ്രതിമകളും സ്ഥാപിച്ചിരിക്കുന്നു. വലതു വശത്തായി പാലറ്റീൻ ചാപ്പൽ കാണാം. അവിടെനിന്ന് ഗ്രാന്റ് സ്റ്റെയർ കേസ് കയറി മുകളിലെത്തിയാൽ പാലറ്റീൻ ഗാലറിയിലും തുടർന്നുള്ള റോയൽ അപ്പാർട്ട്മെന്റുകളിലും എത്തിച്ചേരും.

പാലറ്റീൻ ഗാലറി- ചിത്രകലയിൽ താത്പര്യമുള്ളവരുടെ സ്വപ്ന ഗാലറിയാണെന്നു പറയാം. 1400കളിലെയും 1700കളിലെയും ഇറ്റാലിയൻ, യൂറോപ്യൻ മാസ്റ്റർ പീസുകൾ ഇവിടെ കാണാം. നിരവധി ഹാളുകളിലായി പ്രദർശിപ്പിച്ചിരിക്കുന്ന അതിന് തുടക്കം കുറിച്ചത് കൊസിമൊ മൂന്നാമനാണ്. 1828 ൽ അത് പൊതുജനങ്ങൾക്കു തുറന്നുകൊടുത്തു.

ഹാൾ ഓഫ് സ്റ്റാച്യൂസ് എന്ന മുറി പെയിന്റ് ചെയ്ത് മനോഹരമാക്കിയത് കാസ്റ്റഗ്നോളി എന്ന കലാകാരനായിരുന്നുതുകൊണ്ട് അദ്ദേഹത്തിന്റെ പേരിലാണ് അതറിയപ്പെടുന്നത്. അവിടെ അത്യാകർഷകമായ ശില്പങ്ങൾ ശേഖരിച്ചിട്ടുണ്ട്. അടുത്ത കാലത്ത് പരിഷ്കരിച്ച മുറികളും അവിടെ കാണാം. ഹാൾ ഓഫ് ഫൈൻ ആർട്സ്, ഹാൾ ഓഫ് ഹെർക്കുലീസ്, ഹാൾ ഓഫ് അറോറ, ഹാൾ ഓഫ് ബെർണിസ് എന്നിവ അക്കൂട്ടത്തിൽ പെടുന്നു.

നെപ്പോളിയന്റെ ഭരണകാലത്തെ പ്രശസ്ത കലാകാരൻ എസ് റോസ ഫ്ളോറൻസിൽ താമസിച്ചിരുന്ന കാലത്ത് വരച്ച അപൂർവ ചിത്രങ്ങളും കാണാം. അതിൽ ഫോറസ്റ്റ് ഓഫ് ഫിലോസഫേഴ്സ്, ദി ബാറ്റിൽ എന്നിവ ഏറെ പ്രശസ്തമാണ്. അതിനോടനുബന്ധിച്ചുള്ള മുറികളിൽ ധാരാളം ചിത്രങ്ങൾ വേറെയുമുണ്ട്.

മ്യൂസിക് റൂം ഡ്രം റൂം എന്ന പേരിലും അറിയപ്പെടുന്നു. സംഗീതോപകരണത്തിന്റെ രൂപത്തിലുള്ള ചെറിയ ഫർണിഷിംഗുകളാണ് ഈ മുറിക്ക് ആ പേരു ലഭിക്കാൻ കാരണം. മ്യൂസിക് റൂമിനു ശേഷം പൊസെറ്റി കൊറിഡോറാണ്. അതിൽ നിരവധി ഫ്രെസ്കോ ചിത്രങ്ങളുണ്ട്. അവിടെനിന്ന് ഹാൾ ഓഫ് പ്രൊമിത്യൂസിൽ എത്തുന്നു. കുഞ്ഞുമായി നിൽക്കുന്ന മഡോണയുടെ ചിത്രമാണ് അവിടെ പ്രധാനമായുള്ളത്. ഹാൾ ഓഫ് ജസ്റ്റിസിൽ പതിനാറാം നൂറ്റാണ്ടിലെ രചനകളാണു പ്രദർശിപ്പിച്ചിരിക്കുന്നത്. അതിനെ തുടർന്ന് ഹാൾ ഓഫ് ഫ്ളോറ കാണാം. വാസരിയുടെ പ്രശസ്തമായ ചിത്രങ്ങൾ ഇവിടെ കാണാം. പിന്നീടു കാണുന്നത് ഹാൾ ഓഫ് പുട്ടിയാണ്. അതിനുശേഷം ഹാൾ ഓഫ് യുളീസസും കാണാവുന്നതാണ്.

നെപ്പോളിയൻസ് ബാത്ത് - 1813ൽ നെപ്പോളിയന്റെ ഇംപീരിയൽ അപ്പാർട്ട്മെന്റ്സിലാണ് ധാരാളം ഫ്രെസ്കോ ചിത്രങ്ങളുടെ ഇത് രൂപപ്പെടുത്തിയത്. പിന്നെ കാണുന്നതാണ് ഹാൾ ഓഫ് ജൂപ്പീറ്റേഴ്സ് എജ്യുക്കേഷൻ സ്ഥിതി ചെയ്യുന്നു. ഹാൾ വിത്ത് സ്റ്റൗ, ഹാൾ ഓഫ് മാർസ്, ഹാൾ ഓഫ് അപ്പോളോ, ഹാൾ ഓഫ് വീനസ് എന്നിവയും തുടർന്നു കാണാം.

പതിനൊന്ന്

പാലസൊയുടെ വലതുവശത്തുള്ള റോയൽ അപ്പാർട്ടുമെന്റുകളിലേക്ക് ഹാൾ ഓഫ് നിച്ചസിലൂടെ കടന്നുചെല്ലാം. ഒരുകാലത്ത് ഇത് മെഡിസി കുടുംബത്തിന്റെയും ലോറെയിൻ കുടുംബത്തിന്റെയും താമസസ്ഥല മായിരുന്നു. ഫ്ളോറൻസ് ഇറ്റലിയുടെ തലസ്ഥാനമായിരുന്നപ്പോൾ സാവോയ് കുടുംബവും ഇവിടെ താമസിച്ചിട്ടുണ്ട്. ഹാൾ ഓഫ് നിച്ചസ് സന്ദർശകരുടെ കാത്തിരിപ്പു സ്ഥലമായി മെഡിസി ഭരണകാലത്ത് ഉപ യോഗിച്ചു. എന്നാൽ ലൊറെയ്ൻ ഭരണകാലത്ത് ഇത് വിരുന്നു സൽക്കാര സ്ഥലമായാണ് പ്രയോജനപ്പെടുത്തിയത്. ഇപ്പോൾ അവിടെ പുരാതന ശില്പങ്ങളുടെ മാതൃകകളും ജപ്പാനിലെ പാത്രങ്ങളും പ്രദർശിപ്പിച്ചിരി ക്കുന്നു.

പച്ചപ്പട്ടുകൊണ്ട് അലങ്കരിച്ച ഗ്രീൻ ഹാളിനു ഗാർഡ്സ് ചേംബർ എന്നും പേരുണ്ട്. പ്രിൻസ് ഫെർഡിനാന്റൊയുടെ അപ്പാർട്ട്മെന്റുകൾ അടു ത്തുള്ളതിനാലാണ് ആ പേരു വന്നത്. അതിമനോഹരങ്ങളായ പെയിന്റിം ഗുകളും ശില്പങ്ങളും ഇവിടെ പ്രദർശിപ്പിച്ചിരിക്കുന്നു. അതിനടുത്തത് സാവോയ് രാജകുടുംബക്കാരുടേതായിരുന്ന രാജാവിന്റെ ഇരിപ്പിടമുള്ള ത്രോൺ റൂം ആണ്. റെഡ് റൂം എന്നും ഇതിനു പേരുണ്ട്. മെഡിസി ഭരണകാലത്തും ലൊറെയിൻ ഭരണകാലത്തും ഇത് പ്രജകളുടെ പരാതി കേൾക്കാനുള്ള സ്ഥലമായിരുന്നു. ജപ്പാനിലെയും ചൈനയിലെയും പാത്ര ങ്ങൾ ഇവിടെ പ്രദർശിപ്പിച്ചിരിക്കുന്നു.

സ്കൈ ബ്ലൂ ഹാളിന്റെ ഭിത്തിയുടെ നിറം ആകാശനീലയാണ്. മെഡിസി കുടുംബക്കാരുടെ പത്ത് ഛായാചിത്രങ്ങളും മനോഹരമായ മറ്റ് ചിത്രങ്ങളും അവിടെ കാണാം. അതിനടുത്ത് ഇപ്പോഴുള്ള ചാപ്പൽ മെഡിസി ഭരണകാലത്ത് കിടപ്പുമുറിയായി ഉപയോഗിച്ചിരുന്ന ഹാളാണ്. ടിഷ്യാൻ, റെബ്രാൻഡ് തുടങ്ങിയവരുടെ അപൂർവ ചിത്രങ്ങൾ അവിടെ കാണാം.

ചാപ്പലിനടുത്ത് ഹാൾ ഓഫ് പാരറ്റ്സ് കാണാം. ഈ ഹാളിന്റെ ഭിത്തി അലങ്കരിച്ചിരിക്കുന്ന പട്ടുതുണി നിറയെ തത്തകളുടെ എംബ്രോയ്ഡറി ചിത്രങ്ങളാണ്. വെങ്കലത്തിലും കറുപ്പു മാർബിളിലും സജ്ജീകരിച്ചിരി ക്കുന്ന ഫ്രഞ്ച് ക്ലോക്ക് ഈ മുറിയിലെ മുഖ്യആകർഷണമാണ്. പാരറ്റ്സ്

ഹാൾ കഴിഞ്ഞാൽ യെല്ലോ ഹാളിലെത്തും. സാവോയ് രാജകുടുംബ ത്തിലെ ക്യൂൻ മാർഗരിറ്റയാണ് ഇതുപയോഗിച്ചിരുന്നത്. ഒട്ടേറെ മനോ ഹരമായ പോർട്രെയ്റ്റുകൾ ഇവിടെയുണ്ട്.

ആ ഹാളിൽനിന്ന് തിരിച്ച് പാരറ്റ്സ് ഹാളിലൂടെ സാവോയ് രാജാവാ യിരുന്ന ഉമ്പർട്ടോ ഒന്നാമന്റെ കിംഗ്സ് റൂമിൽ എത്താം. അലങ്കാര സമൃദ്ധ മായ ഈ മുറിയിൽ നിന്ന് ടാപ്പെസ്ട്രി അപ്പാർട്ട്മെന്റിലേക്ക് പ്രവേശിക്കാം. ഇവിടെ അഞ്ചു മുറികളാണുള്ളത്. മെഡിസി രാജകുടുംബത്തിലെ സ്ത്രീകൾ ഉപയോഗിച്ചിരുന്ന മുറികളാണത്. എല്ലാ മുറികളും ഫ്രെസ്കോ ചിത്രങ്ങൾകൊണ്ട് മനോഹരമായി അലങ്കരിച്ചിരിക്കുന്നു.

ഇവയെല്ലാം രാജഭരണകാലത്തെ ചേംബറുകളായിരുന്നു. ഇതിലെ മുറികൾ മെഡിസി രാജകുടുംബത്തിലെയും ലോറെയ്ൻസ് രാജകുടുംബ ത്തിലെയും അംഗങ്ങൾ കിടപ്പറകളാക്കിയിരുന്നു. 18, 20 നൂറ്റാണ്ടുകളിലെ ശ്രദ്ധേയമായ ധാരാളം ഇറ്റാലിയൻ പെയിന്റിംഗുകളും പ്രതിമകളുമാണ് ഇപ്പോൾ ഇവിടെ പ്രദർശിപ്പിച്ചിരിക്കുന്നത്. വിദേശ കലാകാരന്മാരുടെ ആധുനികകാലത്തെ സൃഷ്ടികളും അവിടെ വച്ചിട്ടുണ്ട്. ഗ്രാന്റ് ഡ്യൂക്ക് പിയെട്രോ ലിയോപോൾഡൊ 1784ൽ സാവോയ് കുടുംബത്തിനുവേണ്ടി യാണ് ഇവിടത്തെ കലാശേഖരങ്ങൾക്ക് തുടക്കം കുറിച്ചത്.

കാലക്രമത്തിൽ 2000ത്തിലേറെ കലാസൃഷ്ടികൾ വിഷയങ്ങളുടെ ക്രമമനുസരിച്ച് ഇവിടെ ശേഖരിച്ചിട്ടുണ്ട്. മ്യൂസിയത്തിൽ ആകെ 30 മുറി കളാണുള്ളത്. ഓരോ മുറിയിലും പ്രശസ്തരുടെ നിരവധി രചനകൾ പ്രദർശിപ്പിച്ചിരിക്കുന്നു. അവരിൽ ചിലരുടെ പേരുകൾ ഇനി വായിക്കൂ. എ കനോവ, പി ബാറ്റൊണി, പി ടെനിറാനി, എഫ് എക്സ് ഫേബർ, എ ഷെഫർ, എഫ് ഹായേസ്, ജി സാബെട്ടെല്ലി, എം.ഡി. അസെഗിലോ, പി ഫെഡി, ജി ഡൂപ്രെ, എ സിസേറി, ആർ സോർബി, എ പസിനെല്ലി, ജി ഫട്ടോറി, എ ഫോണ്ടാനെസി, എസ്.ഡി ടിവോളി, എഫ് സാൻഡൊ മെനേഗി, സിപിസ്സാറൊ, എസ് യുസ്സി, എം. ഗോർഡിഗിയാനി, ജി ഫറ്റോരി, ടി സിഗ്നോ റിനി, എ സിസിയോണി, എ ടൊമ്മാസി, ജി ഡി നിറ്റിസ്, ഒവെർമെഹ്രെൻ, ഇ ഗെല്ലി, പി നോമെല്ലിനി, ജി പ്രെവിയാറ്റി, ഒ ബൊറാനി, എ സ്പാഡിനി, ഒ ജിഗ്ലിയ, ജി ചിനി, ജി കോസെറ്റി. ഇതിപ്പോൾ ഫ്ളോറൻസിലെ മോഡേൺ ആർട്ട് ഗാലറി എന്ന പേരിൽ അറിയ പ്പെടുന്നു.

പന്ത്രണ്ട്

മ്യൂസിയോ ഡെഗ്ലി ആർഗെന്റിയുടെ കെട്ടിടങ്ങൾ ഇനി കാണാം. ഒരിക്കൽ മെഡിസി രാജകുടുംബത്തിന്റെ സമ്മർ അപ്പാർട്ട്മെന്റുകളായിരുന്നു ഇവയെല്ലാം. 1919–ൽ ആണ് ഇത് മ്യൂസിയമാക്കി കലാവസ്തുക്കൾ ശേഖരിക്കാൻ തുടങ്ങിയത്. മെഡിസി, ലൊറേയ്ൻ രാജകുടുംബങ്ങളിലെ നൂറ്റാണ്ടുകൾ പഴക്കമുള്ള വിലപിടിച്ച വസ്തുക്കളും ആഭരണങ്ങളും ഇവിടെ ശേഖരിച്ചിരിക്കുന്നു. അതിമനോഹരമായി അലങ്കരിച്ച 25 മുറികളാണ് ഇവിടെയുള്ളത്. പ്രദർശനത്തിനുള്ള വസ്തുക്കളുടെ തരമനുസരിച്ച് ഓരോ മുറിയിലായി ഒരുക്കിയിരിക്കുന്നു. അത്യപൂർവമായ ആഭരണങ്ങളും മറ്റു വസ്തുക്കളും അവിടെ പ്രദർശനത്തിനുണ്ട്. ആഫ്രിക്ക, മെക്സിക്കോ, ചൈന എന്നിവിടങ്ങളിൽനിന്നുള്ള വ്യത്യസ്ത ശേഖരങ്ങളും കാണാം.

കാരിയേജ് മ്യൂസിയം സഞ്ചാരികൾക്ക് ഒരു പുതുമയാകും. ലൊറെയ്ൻ, സാവോയ് രാജകുടുംബങ്ങളിലെ വാഹനങ്ങളാണ് ഇവിടെ പ്രദർശിപ്പിച്ചിരിക്കുന്നത്. അതോടൊപ്പം കുതിര ജീനികളുണ്ട്. പത്തൊമ്പതാം നൂറ്റാണ്ടിന്റെ തുടക്കത്തിലെ വാഹനം നേപ്പിൾസിലെ ഫെർഡിനാന്റൊ രണ്ടാമൻ രാജാവിന്റേതാണ്. സാവോയ് രാജകുടുംബത്തിൽ നിന്നാണ് ഇത് ഇവിടെ എത്തിയത്. വെള്ളികൊണ്ടുള്ള നിരവധി അലങ്കാരങ്ങൾ അതിൽ കാണാം.

കോസ്റ്റ്യൂം ഗാലറിക്കും കൗതുകമുണ്ട്. സാവോയ് രാജകുടുംബം താമസിച്ചിരുന്ന മെരീഡിയൻ പാലസീനയിലെ മുറികളിൽ 1983ൽ ആണ് കോസ്റ്റ്യൂം ഗാലറി ഒരുക്കിയിരിക്കുന്നത്. നൂറ്റാണ്ടുകൾ പഴക്കമുള്ള 6000ൽ ഏറെ രാജകീയ വസ്ത്രങ്ങൾ ഇവിടെ പ്രദർശിപ്പിച്ചിരിക്കുന്നു. 1700–1900 കാലഘട്ടത്തിലെ രാജകുടുംബാംഗങ്ങൾ ധരിച്ചിരുന്ന സവിശേഷതയുള്ള വസ്ത്രങ്ങളും അക്കൂട്ടത്തിലുണ്ട്. സംഭാവനയായി ലഭിച്ചതും വില കൊടുത്തു വാങ്ങിയതുമായ വസ്ത്രാലങ്കാരങ്ങൾ കാണേണ്ട കാഴ്ച തന്നെ. അക്കാലത്തെ പാത്രങ്ങൾ സൂക്ഷിക്കുന്ന പോർസെലിൻ മ്യൂസിയം സഞ്ചാരികളിൽ കൗതുകമുണർത്തും.

1973ൽ സ്ഥാപിച്ച ഈ മ്യൂസിയത്തിൽ ഒരുകാലത്ത് പാലസൊ പിറ്റിയിൽ താമസിച്ചിരുന്നവരുടെ അപൂർവ പാത്രങ്ങളാണ് അധികവും

വാഹനങ്ങൾക്കായി ഒരു മ്യൂസിയം -
കാരിയേജ് മ്യൂസിയം

ശേഖരിച്ചിരിക്കുന്നത്. മൂന്നു മുറികളിൽ ആദ്യത്തെ മുറിയിൽ ഇറ്റാലിയൻ, ഫ്രഞ്ച് പോർസെലിൻ പാത്രങ്ങളാണ്. രണ്ടാമത്തെ മുറിയിൽ വിയന്നീസ് പാത്രങ്ങളുടെ ശേഖരം. മീസ്സെൻ മാനുഫാക്ചർ ഇനങ്ങളുടെ ശേഖരം മൂന്നാമത്തെ മുറിയിലും ഒരുക്കിയിരിക്കുന്നു.

ഇനി നമുക്ക് ഒരു പൂന്തോട്ടത്തിലേക്കു കയറിച്ചെല്ലാം. വൻതോതിൽ പച്ചക്കറികളും പഴങ്ങളും ഉത്പാദിപ്പിക്കുകയും വില്പന നടത്തുകയും ചെയ്ത ചരിത്രം ഈ ഗാർഡനുണ്ട്.

പൂന്തോട്ടങ്ങളുടെ മൂലകളിൽ അത്യാകർഷകമായ ജലധാരാ യന്ത്രങ്ങളും ഒരുക്കിയിരുന്നു. അത്തരം ഫൗണ്ടനുകൾ പിന്നീട് യൂറോപ്പിലെങ്ങും പ്രചാരത്തിൽ വന്നു.

16-ാം നൂറ്റാണ്ടു മുതൽ ഈ പൂന്തോട്ടത്തിൽ ഐസ് ഹൗസ് എന്ന പേരിലും കോർണറുകളുണ്ടായി. ഗാർഡനിലെ ഏറ്റവും തണുത്ത പ്രദേശത്ത് പ്രത്യേക അറകൾ നിർമിച്ച് അവിടെ ഐസ്കട്ടകൾ സൂക്ഷിക്കുന്ന രീതിക്ക് തുടക്കം കുറിച്ചു. ഈ അറകൾ അവിടെ ഇന്നും കാണാം. അപ്നൈൻ പർവതനിരകളുടെ അബെറ്റൊ, റെനോ മുതലായ താഴ്വരകളിൽ നിന്നാണ് അങ്ങോട്ട് ഐസ്കട്ടകൾ കൊണ്ടുവന്നിരുന്നത്. മാംസവും ഭക്ഷ്യവസ്തുക്കളും വൈനും കേടുവരാതെ സൂക്ഷിക്കാൻ അവർ ഐസ്ഹൗസുകൾ പ്രയോജനപ്പെടുത്തി. സ്വാദിഷ്ഠമായ ഐസ്ക്രീമുകൾ നിർമിക്കാനും ഐസ് ഉപയോഗിച്ചു.

അക്കാലത്ത് ഐസിന്റെ ഇത്തരം ഉപയോഗങ്ങൾ ആഡംബരത്തെയും മേധാശക്തിയെയും കാണിക്കുന്നതായിരുന്നു. ഐസുകൊണ്ട് ശില്പങ്ങളും അക്കാലത്ത് രൂപപ്പെടുത്തിയിരുന്നു. മെഴുകുപയോഗിച്ച് മോഡൽ നിർമിച്ചിട്ടാണ് ഐസ് ശില്പം രൂപപ്പെടുത്തുക. വിശുദ്ധരുടെ പ്രതിമകളും കടൽജീവികളുടെ പ്രതിമകളുമാണ് ഐസ്കൊണ്ട് ഉണ്ടാക്കിയിരുന്നത്. വേനൽക്കാലത്ത് ഐസ് ഉരുകാതെ സൂക്ഷിക്കാനുള്ള ചില മാർഗങ്ങളും അവർക്ക് അറിയാമായിരുന്നു.

രാജകുടുംബാംഗങ്ങൾക്കുണ്ടാകുന്ന അസുഖങ്ങളുടെ ചികിത്സയ്ക്കും ഐസുകൊണ്ട് രൂപപ്പെടുത്തിയ പ്രത്യേക മരുന്നുകൾ നൽകിയിരുന്നു. കൊട്ടാരം ഡോക്ടറുടെ നിർദേശപ്രകാരവും കൊട്ടാരത്തിലെ സ്ഥാനത്തിനനുസരിച്ചുമാണ് ഇത്തരം കൂടിയ ചികിത്സാ സൗകര്യം ലഭ്യമാക്കുക.

ബൊബോളി ഗാർഡനുകളുടെ വലുപ്പം കൂടി കേട്ടോളൂ. 45000 ചതുരശ്ര മീറ്റർ! വിനോദപരിപാടികൾക്കുള്ള മുഖ്യകേന്ദ്രം കൂടിയായിരുന്നു ബൊബോളി ഗാർഡൻ. ഇപ്പോഴും അത് സന്ദർശകർക്ക് അതുല്യാനുഭൂതി പകരുന്നു. മനോഹരമായ പ്രതിമകൾ, ചെറിയ കുളങ്ങൾ, ആംഫിതിയറ്റർ തുടങ്ങിയവയെല്ലാം ഇവിടത്തെ ആകർഷണങ്ങളാണ്.

സുവോളജിക്കൽ മ്യൂസിയം കൂടി കാണാം. 1775ൽ നിർമ്മിച്ച ഈ മ്യൂസിയം അദ്ഭുതകരമായ കാഴ്ചകൾ ഒരുക്കുന്നു. പിയെട്രോ ലിയോ

പോൾഡൊ ആണ് ഇത് സ്ഥാപിച്ചത്. ഇവിടെ അസ്ട്രോണമിക്കൽ കൂടാതെ മീറ്റിരിയോളജിക്കൽ ഒബ്സർവേറ്ററിയും ഒരുക്കിയിട്ടുണ്ട്. മെഡിസി കുടുംബത്തിന്റെ ശാസ്ത്രസംബന്ധമായ വസ്തുക്കളെല്ലാം ഇവിടെ ഒരുമിച്ച് സമാഹരിച്ചിരിക്കുന്നു. അനാട്ടമിക്കൽ വാക്സ് സ്പെസി മനുകളുടെ അതുല്യശേഖരവും ഇവിടെയുണ്ട്. 1841ൽ ലിയോപോൾഡൊ ഇവിടെ പ്രശസ്തമായ ഗലീലിയോ ട്രിബ്യൂണും സ്ഥാപിച്ചു. ഇറ്റാലിയൻ ശാസ്ത്രജ്ഞരുടെ സമ്മേളനത്തോടനുബന്ധിച്ചായിരുന്നു അത്.

പതിമ്മൂന്ന്

ഫ്ളോറൻസിലെ ഏറ്റവും മനോഹരവും പ്രശസ്തവുമായ തെരുവായ വയ ഡി ടോർണബൗണി, എസ് ഗിയറ്റാനൊ ചർച്ച്, എസ് മരിയ മാഗിയോർ ചർച്ച്, പാലസൊ സ്ട്രോസി, പിയാസ ഡെല്ല റിപ്പബ്ലിക്ക എന്നിവ കാണാം. പ്രശസ്തരുടെ ശില്പങ്ങൾ വില്പനയ്ക്ക് വച്ചിരിക്കുന്ന മെർക്കാറ്റാ നുവൊലോഗിയ, ലൈബ്രറിയായ പിയാസ ഡി പാർട്ടെ ഗ്വിൽഫ, എസ്.എസ്. അപ്പോസ്റ്റലി ചർച്ച്, പാലസൊ ദവാൻസടി, പിയാസ ഡി റൂസെല്ലാ എന്നിവയും ഈ സഞ്ചാരപഥത്തിലാണ്. ഫ്ളോറൻസിലെ ചരിത്ര പ്രസിദ്ധമായ മദ്യവില്പനശാലകളെക്കുറിച്ചും കുറെയൊക്കെ നമുക്കു മനസ്സിലാക്കാനാവും.

എസ് ഫെലിസ് പള്ളിയിൽ നല്ലൊരു ആർട്ട് ഗാലറിയിലുള്ളതിനേക്കാൾ ചിത്രശേഖരമുണ്ട്. 1300കളിൽ പുതുക്കിപ്പണിത പള്ളിയാണ് ഇപ്പോൾ നാം കാണുന്നത്. എടുത്തുകാണിക്കുന്ന മുഖപ്പ് രൂപകല്പന ചെയ്തത് മൈക്കലാഞ്ജലൊ എന്ന ശില്പിയാണ്. പള്ളിക്കകത്ത് അതുല്യ ചിത്രങ്ങളുടെ നിരതന്നെയുണ്ട്. ആർ ഡെൽ ഗിർലാന്റിയോ, ജി ഡ ഗിയോവന്നി, വോൾട്ടെറാനൊ എന്നിവരുടെ ചിത്രങ്ങൾ അക്കൂട്ടത്തിലുണ്ട്.

പിയാസ എസ് സ്പിരിറ്റൊ എന്ന ഈ ചത്വരത്തിൽ പരമ്പരാഗതമായി നടത്തിവരുന്ന ധാരാളം റെസ്റ്റോറന്റുകളുണ്ട്. ഭിന്നരുചിയുള്ള ഭക്ഷണങ്ങൾ ഇവിടെ ലഭ്യം.

തൊട്ടടുത്താണ് എസ് സ്പിരിറ്റൊ പള്ളി. 1444ൽ പ്രശസ്ത കലാകാരനായ ബ്രൂണെല്ലെസ്ചിയാണ് ഇതിന്റെ നിർമ്മാണം ആരംഭിച്ചത്. അദ്ദേഹത്തിന്റെ പിൻഗാമി 1487ൽ നിർമ്മാണം പൂർത്തിയാക്കി. രണ്ടു നിലയുള്ള ബെൽ ടവറും അതിനോടനുബന്ധിച്ചുണ്ട്. ലാറ്റിൻ കുരിശുരൂപത്തിൽ മൂന്ന് അറകളോടെയാണ് അകവശം ഒരുക്കിയിരിക്കുന്നത്. ഏറ്റവും വലിയ കുംഭഗോപുരം നടുവിലായി കാണാം. 15-ാം നൂറ്റാണ്ടു മുതൽ 17-ാം നൂറ്റാണ്ട് വരെയുള്ളവരുടെ രചനകളാണ് അകത്തു പ്രദർശിപ്പിച്ചിരിക്കുന്നത്. ജി സ്ട്രാഡനോയുടെ കച്ചവടക്കാരുമൊത്തുള്ള

എസ്. സ്പിരിറ്റൊ പള്ളി: പ്രശസ്ത കലാകാരനായ ബ്രൂണെല്ലെസ്ചി രൂപകല്പന ചെയ്ത ദേവാലയമാണിത്.

മഡോണയും കുഞ്ഞും വിശുദ്ധന്മാരും. ഫിലിപ്പിനൊലിപ്പിയുടെ രചന

യേശുവിന്റെ ശില്പം ചാപ്പൽ 4ൽ കാണാം. ജി കാസിനിയാണ് മുഖ്യ അൾത്താര രൂപപ്പെടുത്തിയിരിക്കുന്നത്.

മൈക്കലാഞ്ജലോയുടെ തടികൊണ്ടുള്ള ഒരു ക്രൂശിത രൂപവും ഇവിടെ പ്രദർശിപ്പിച്ചിട്ടുണ്ട്. ചാപ്പൽ 12 രൂപകല്പന നിർവഹിച്ചിരിക്കുന്നത് ഫിലിപ്പിനൊ ലിപ്പിയാണ്. മഡോണയും കുഞ്ഞും യുവാവായ സെന്റ് ജോൺ, സെന്റ് മാർട്ടിൻ, സെന്റ് കാതറിൻ മാർട്ടയർ തുടങ്ങിയ അപൂർവ ചിത്രങ്ങളും ഇവിടെ കാണാം. അകവശം അലങ്കരിച്ചിരിക്കുന്ന മറ്റു പ്രമുഖർ എം.ഡി ബാൻകോ, എ അല്ലോറി, സി റോസ്സെല്ലി, എ സൻസോവിനൊ, ആർ ഡെൽ ഗാർബൊ, എം. ഡെൽ ഗിർലാൻഡിയോ, ക്രോണാക്ക, എ അല്ലോറി തുടങ്ങിയവരാണ്.

സെനകോളൊ ഡി എസ് സ്പിരിറ്റോ എന്നു കേൾക്കുമ്പോൾ പ്രാർത്ഥനാലയമാണെന്നല്ലേ തോന്നുക. പക്ഷേ, ഇത് 14–ാം നൂറ്റാണ്ടിലെ അഗസ്റ്റീനിയൻ ഭക്ഷണശാലയാണിത്. ഗോഥിക് നിർമാണ രീതിയിൽ ദീർഘചതുരാകൃതിയാണ്. ഓർക്കാഗ്ന തയ്യാറാക്കിയ യേശുവിന്റെ കുരിശാരോഹണവുമായി ബന്ധപ്പെട്ട ഒട്ടേറെ ഫ്രെസ്കോ ചിത്രങ്ങൾ ഭിത്തികളിലുണ്ട്. കർമലീന സഭക്കാരുടെ വക പള്ളിയാണ് ചർച്ച് ഓഫ് എസ് മരിയ ഡെൽ കാർമൈൻ, ലാറ്റിൻ ക്രോസിന്റെ ആകൃതിയുള്ള അകവശത്ത് ഒരു അറയും അഞ്ചു ചാപ്പലുകളുമുണ്ട്. അവയുടെ ഇരുവശത്തും അലങ്കാരസമൃദ്ധമായ അൾത്താരകളും സജ്ജീകരിച്ചിരിക്കുന്നു. അക്കൂട്ടത്തിൽ വാസരി രൂപപ്പെടുത്തിയ കുരിശാരോഹണത്തിന്റെ രൂപമുള്ളത് സവിശേഷ ശ്രദ്ധയാകർഷിക്കുന്നു. മേൽത്തട്ടിൽ ഫ്രെസ്കോ ചിത്രങ്ങളും നിറയെ കാണാം. സ്മാരകസ്തംഭനങ്ങളോടെ ധാരാളം കല്ലറകളും അകത്തൊരുക്കിയിട്ടുണ്ട്.

അടുത്തുള്ള ബ്രാനസി ചാപ്പൽ മസാസിയോയുടെയും മസോലിനോയുടെയും ഫ്രെസ്കോ ചിത്രങ്ങൾ കൊണ്ട് പ്രസിദ്ധമാണ്. 1428 വരെ അവർ ഒരുമിച്ച് ഇവിടത്തെ ചിത്രങ്ങൾക്കു സഹകരിച്ചു പ്രവർത്തിച്ചു. അവർക്കു പൂർത്തിയാക്കാൻ കഴിയാതിരുന്ന ഫ്രെസ്കോ ചിത്രങ്ങൾ 1480ൽ ഫിലിപ്പിനോ ലിപ്പി പൂർത്തിയാക്കി. പ്രശസ്തരായ ഒട്ടേറെ കലാകാരന്മാരുടെ സൃഷ്ടികളും പിന്നീട് അവിടെ സ്ഥാനം പിടിച്ചു.

സെസ്റ്റലോയിലെ എസ് ഫ്രെഡിയാനോ പള്ളിയിലേക്കു നടന്നു കയറാം. ഈ ദേവാലയത്തിന്റെ കുംഭഗോപുരത്തിന്റെ അലങ്കാരങ്ങൾ ശ്രദ്ധേയമാണ്. പ്രധാന അൾത്താര, മാർബിളും വിലയേറിയ കല്ലുകളും കൊണ്ട് നിർമ്മിച്ചിരിക്കുന്നു.

തൊട്ടടുത്ത പാലസൊ കോർസിനി ഇപ്പോൾ ക്രോസിനി ഗാലറിയാക്കി മാറ്റി. ഫ്ളോറൻസ്, ഇറ്റലി കൂടാതെ വിദേശരാജ്യങ്ങളിൽ നിന്നുള്ള 1400കളിലെയും 1700കളിലെയും കലാകാരന്മാരുടെ മാസ്റ്റർപീസുകൾ ഇവിടെ പ്രദർശിപ്പിച്ചിട്ടുണ്ട്.

പാലസൊ സ്പിനി ഫെറോനി എന്ന വമ്പൻ മൂന്നുനിലക്കെട്ടിടം ഇപ്പോൾ ഷൂ മ്യൂസിയമാണ്. 1920കൾ മുതൽ ഇക്കാലം വരെ ഷൂ നിർമ്മാതാക്കൾ രൂപപ്പെടുത്തിയ 10,000ത്തിൽ ഏറെ ഷൂ ഈ മ്യൂസിയത്തിൽ പ്രദർശിപ്പിച്ചിട്ടുണ്ട്. ഇതൊരു അപൂർവകാഴ്ചതന്നെ.

എസ് ട്രിനിറ്റ ബസിലിക്ക എന്ന പള്ളി ചത്വരത്തിന്റെ മധ്യത്തിലാണ്. കോളം ഓഫ് ജസ്റ്റിസും ഇവിടെ സ്ഥാപിച്ചിരിക്കുന്നു.

പതിന്നാല്

ഇനി വയ ഡി ടോർണബൗണി എന്ന ഫ്ളോറൻസിലെ ഏറ്റവും മനോഹരവും പ്രശസ്തവുമായ തെരുവിലേക്കു കടക്കാം. വിവിധ തരത്തിലുള്ള ഫാഷൻ ഷോപ്പുകളും നവോത്ഥാനകാല പാലസൊകളും ഇവിടെ കാണാം. ജി സിൽവാനി, വാസരി, ഗിയാംബോളോഗ, മിച്ചലോസൊ, സിഗോളി തുടങ്ങിയ പ്രശസ്തരാണ് ഇതു രൂപകല്പന ചെയ്തത്.

ബാറോക് ആർട്ടിന്റെ മികച്ച ഉദാഹരണമായി പറയാറുള്ള എസ് ഗിയറ്റാനൊ പള്ളി ഈ തെരുവിലാണ്. കറുത്ത മാർബിൾ കൊണ്ടാണ് ഇതിന്റെ അകവശം ഒരുക്കിയിരിക്കുന്നത്. അതൊരു പ്രത്യേകതയാണ്.

എസ് മരിയ മാഗിയോർ പള്ളിയും ഈ വഴിയിലുണ്ട്. നഗരത്തിലെ ഏറ്റവും പഴക്കം ചെന്ന പള്ളികളിലൊന്നാണത്. 1250കളിൽ ഇത് ഗോഥിക് ശൈലിയിൽ പുനർനിർമിച്ചു. പള്ളിക്കുള്ളിൽ മൂന്നു ചാപ്പലുകളുണ്ട്.

അടുത്തുള്ള പഴയൊരു പള്ളിയാണ് ലാ ബെർട്ട. ഇതിന്റെ മണി ഗോപുരത്തിനു മുകളിൽ ഒരു അർധകായ മാർബിൾ പ്രതിമ കാണാം. ഒരു പഴംവില്പനക്കാരന്റെ തലയാണ് ഇതിനു മാതൃകയെന്ന് കരുതുന്നു. തന്റെ സ്വത്തുക്കൾ മുഴുവൻ പുരോഹിതർക്കു സംഭാവന ചെയ്ത് അദ്ദേഹം നാടുവിട്ടുപോയി.

പാലസൊ സ്ട്രോസി പണിതിരിക്കുന്നത് ക്യൂബ് ആകൃതിയിലാണ്. ഇന്നത് സർക്കാരിന്റെ ഉടമസ്ഥതയിലാണ്. വലിയൊരു ലൈബ്രറിയും ഇതിനോടനുബന്ധിച്ചുണ്ട്. സ്വിസ് വ്യാപാരിയായ ഗിയോവൻ പിയെട്രോ വീസക്സ് 1819-ലാണ് ലൈബ്രറി സ്ഥാപിച്ചത്. പൊതുജനങ്ങൾക്ക് ഉപയോഗിക്കാവുന്ന ഈ ലൈബ്രറിയിൽ 650,000 പുസ്തകങ്ങളുണ്ട്.

പിയാസ ഡെല്ല റിപ്പബ്ലിക്ക ഒരുകാലത്ത് റോമൻ ഫോറത്തിന്റെ ഭാഗമായിരുന്നു. ഈ തുറന്ന സ്ഥലത്ത് ഇപ്പോൾ ഓപ്പൺ എയർ ലൗഞ്ചും ആധുനിക രീതിയിലുള്ള കഫേകളും പ്രവർത്തിക്കുന്നു. നിരവധി സ്വകാര്യ പാർപ്പിടങ്ങളും ഇതിനോടനുബന്ധിച്ചുണ്ട്. ഒരിക്കൽ റോമൻ ഡെക്കുമനസ്സും കാർഡസും സന്ധിച്ചിരുന്ന കോളം ഓഫ് അബണ്ടൻസ് 1951ൽ ഇവിടെ സ്ഥാപിച്ചു.

വയ ഡി ടോർണബൗണി
ഫ്ളോറൻസിലെ പ്രശസ്തമായ തെരുവ്

ഫ്ളോറന്റൈൻ മ്യൂസിയമായ പാലസൊ ദവാൻസടി

മെർക്കാറ്റാ നുവൊ ലോഗിയയിൽ ചെന്നാൽ പ്രശസ്തരുടെ ശില്പ ങ്ങൾ വിലയ്ക്കു വാങ്ങാം. 19-ാം നൂറ്റാണ്ടിൽ പ്രതിമകൾ സ്ഥാപിച്ച് ലോഗിയ കൂടുതൽ ആകർഷകമാക്കി. ഇന്നിവിടെ ഫ്ളോറൻസുകാരുടെ കരകൗശല വസ്തുക്കൾ വിൽക്കുന്ന നിരവധി സ്റ്റാളുകൾ പ്രവർത്തി ക്കുന്നു. ചത്വരത്തിനു നടുവിലായി വലിയൊരു മാർബിൾ ചക്രം കാണാം.

മധ്യകാലഘട്ടത്തിൽ യുദ്ധത്തിനു മുമ്പ് കൊറോഷ്യയുടെ സ്ഥാനം നിർണയിക്കാനും പിന്നീട് അനധികൃത പണമിടപാടുകാരെ പൊതുജന ങ്ങൾക്കു മുന്നിൽ പ്രദർശിപ്പിക്കാനുള്ള സ്ഥാനമായും ഇതുപയോഗ പ്പെടുത്തിയിരുന്നു.

പിയാസ ഡി പാർട്ടെ ഗ്വിൽഫയാണു തൊട്ടടുത്ത്. മധ്യകാലഘട്ട ത്തിലെ ചെറിയൊരു മന്ദിരമായിരുന്ന ഇത് ഇന്ന് ലൈബ്രറിയായി പ്രവർത്തിക്കുന്നു. 14-ാം നൂറ്റാണ്ടിലെ ഈ കെട്ടിടം ബ്രൂണെല്ലെസ്ചിയും വാസരിയും ചേർന്ന് വിപുലീകരിച്ചു. പിന്നീടിവിടെ സാംസ്കാരിക പരിപാടികളും പ്രദർശനങ്ങളും അരങ്ങേറാൻ തുടങ്ങി. മാമോദീസയ്ക്കു മുമ്പ് മരിക്കുന്ന കുട്ടികളെ അടക്കം ചെയ്തിരുന്ന സെമിത്തേരി സമീപ ത്താണ്. പിയാസ ഡെൽ ലിമ്പോ എന്ന പേരിലാണത് അറിയപ്പെടുന്നത്. പള്ളിയിലെ മൂന്ന് അറകളിൽ മനോഹരമായ കലാവസ്തുക്കളും ശില്പ ങ്ങളും സൂക്ഷിച്ചിരിക്കുന്നു. അതിനടുത്തായി തടി മേൽക്കൂരകളോടെ നിർമിച്ച റോമൻ ബാത്സും കാണാം.

പുരാതന ഫ്ളോറന്റൈൻ മ്യൂസിയമായ പാലസൊ ദവാൻസടി യിലേക്ക് ഇതിലൂടെ കയറാം. അതിന്റെ മുഖപ്പിലെ പലതരം ഉപയോഗ ങ്ങൾക്കുള്ള ഇരുമ്പു നിർമ്മിതികൾ ആരേയും ആകർഷിക്കും. മുൻകാല ഫർണിച്ചറുകളാണ് ഇവിടെ പ്രദർശിപ്പിച്ചിരിക്കുന്നത്. മേശകൾ, കട്ടിലു കൾ, പലതരം കസേരകൾ, ബേസിനുകൾ, പാത്രങ്ങൾ, വിളക്കുകൾ തുടങ്ങി 14-ാം നൂറ്റാണ്ടിൽ സാധാരണ വീടുകളിൽ കണ്ടുവരാറുള്ള വസ്തുക്കൾ അവിടെ സജ്ജീകരിച്ചിരിക്കുന്നു.

ഇവിടെ നിന്നിറങ്ങുന്നത് പിയാസ ഡി റൂസെല്ലായിലേക്കാണ്. ത്രികോണാകൃതിയുള്ള ഒരു ചത്വരമാണിത്. 1400കളുടെ രണ്ടാം പകുതിയിൽ എൽ.ബി. ആൽബർട്ടിയാണ് ഇത് രൂപകല്പന ചെയ്തത്. അലിനാരി ഫോട്ടോ ആർക്കീവ്സ് കൂടാതെ ഫോട്ടോഗ്രഫി ഹിസ്റ്ററി മ്യൂസിയം എന്നിവ ഇവിടെ പ്രവർത്തിക്കുന്നു. പുരാതന ക്യാമറകൾ, ഫോട്ടോ എക്വിപ്പ്മെന്റുകൾ തുടങ്ങിയവ ഇവിടെ സൂക്ഷിച്ചിരിക്കുന്നു. ഫോട്ടോ പ്രദർശനങ്ങളും ഇവിടെ നടക്കാറുണ്ട്. പണ്ട് കുടുംബങ്ങൾ ഒത്തുചേർന്നുള്ള ആഘോഷങ്ങളും ഇവിടെ അരങ്ങേറിയിരുന്നു.കാണുന്ന പെയിന്റിങ്, റൂബെൻസിന്റേതാണു രചന.

ഫ്ളോറൻസിലെ വൈൻ, മദ്യവില്പന ശാലകളിലൊന്നു കയറി നോക്കാം. ഫ്ളോറൻസിൽ വൈൻ വില്പന വളരെ വ്യാപകമായി നട ക്കുന്നു. കർഷകരുടെ മുഖ്യവരുമാനോപാധിയാണ് വൈൻ നിർമ്മാണവും

വില്പനയും. മുനിസിപ്പാലിറ്റി അതിന് നികുതി ഈടാക്കുന്നതിനാൽ സർക്കാരിനും നല്ലൊരു വരുമാന മാർഗമാണ്. മധ്യകാലത്ത് ഔഷധ ഗുണങ്ങളുള്ള വൈനും ലഭ്യമാണ്. ഭക്ഷണസാധനങ്ങൾ നന്നായി ദഹിക്കുന്നതിനും രക്തമുണ്ടാകുന്നതിനും അത് പ്രയോജനപ്പെട്ടു. ഔഷധമായി സ്ത്രീകളും പ്രത്യേകിച്ച് ഗർഭിണികൾ, വൈൻ ഉപയോഗിച്ചിരുന്നു.

ഉപയോഗിക്കുന്നവരുടെ പ്രായത്തെ അടിസ്ഥാനമാക്കിയാണ് ആൽക്കഹോളിന്റെ അളവ് നിർണയിച്ചിരുന്നത്. മിതമായ തോതിൽ ആശുപത്രികളിലും മൊണാസ്ട്രികളിലും വൈൻ ഉപയോഗിച്ചിരുന്നു. എന്നാൽ പുരോഹിതർ മദ്യശാലകളിൽ പോകുന്നത് വിലക്കിയിരുന്നു. ആരാധനാലയങ്ങൾക്കടുത്ത് മദ്യശാലകൾ സ്ഥാപിക്കാനും അനുവദിച്ചിരുന്നില്ല.

വലിയ കെട്ടിടങ്ങളുടെ നിർമ്മാണ സ്ഥലങ്ങളിൽ തൊഴിലാളികൾക്ക് വൈൻ നൽകിയിരുന്നു. ഏറ്റവും സാധാരണമായി വൈൻ വെർമിഗ്ലിയോ അഥവാ ചുവപ്പ് വൈൻ ആയിരുന്നു. എന്നാൽ ആളുകൾ കൂടുതൽ ഇഷ്ടപ്പെട്ടിരുന്നത് മദ്യസമാനമായ വൈൻ ആയിരുന്നു. വെളുപ്പുനിറത്തിൽ ലഭിച്ചിരുന്ന അത് പല പേരുകളിൽ അറിയപ്പെട്ടു. പ്രഭുകുടുംബങ്ങൾ വൻതോതിൽ വൈൻ നിർമാണരംഗത്തും വില്പന രംഗത്തും നിലയുറപ്പിച്ചിരുന്നു. 1400കളിൽ മെഡിസി കുടുംബത്തിനാണ് ഏറ്റവും കൂടുതൽ മുന്തിരിത്തോട്ടങ്ങളുണ്ടായിരുന്നത്. മദ്യവില്പന ശാലകളിൽ ചീട്ടുകളി പോലുള്ള പലതരം ഗെയിമുകളും നടന്നിരുന്നു. വീടുകളിലും ഭിത്തികളിലെ ചെറിയ ഹോളുകളിലൂടെ വൈൻ വില്പനയ്ക്ക് സംവിധാനമൊരുക്കിയിരുന്നു.

പതിനഞ്ച്

ഫ്ളോറൻസ് സന്ദർശിക്കുന്നവർ നിർബന്ധമായും കണ്ടിരിക്കേണ്ട ആധുനികയുഗത്തിലെ അദ്ഭുതങ്ങളുടെ കൊട്ടാരമായ ഒഫീഷ്യാന പ്രൊഫ്യൂമോ-ഫാർമസ്യൂട്ടിക്ക ഡി സാന്റ മരിയ നൊവേല പണ്ടത്തെ റെയിൽവേ സ്റ്റേഷനായ എസ് മരിയ നോവെല്ലയും എസ്. മരിയ നോവെല്ല ബസിലിക്ക, സേക്രഡ് ആർട്ട് - എസ് മരിയ നോവെല്ല മ്യൂസിയവും കമ്പിളി നെയ്ത്തുകാർക്കായി നിർമിച്ചു നൽകിയ പള്ളിയായ ഒഗ്നി സാന്റി ചർച്ചും മറിനൊ മാറിനി മ്യൂസിയവുമാണ് ഈ ഭാഗത്തെ പ്രധാന മറ്റു കാഴ്ചകൾ.

എസ് മരിയ നോവെല്ല ട്രെയിൻ സ്റ്റേഷനിലേക്കു കയറിച്ചെല്ലാം. 1933നും 1935നുമിടയിലാണ് ഇത് നിർമിച്ചിരിക്കുന്നത്. മേൽത്തട്ടിനു താഴെ ചില്ലുപാളിയും നിലത്ത് മാർബിളുമാണ് ഇട്ടിരുന്നത്. വെള്ളം കുടിക്കാൻ ഓടുകൊണ്ടുള്ള ഫൗണ്ടനുകളും നിർമിച്ചിരുന്നു. ഭിത്തിയിൽ പ്രശസ്ത ചിത്രകാരൻ ഒ റൊസായിയുടെ മനോഹരമായ രണ്ട് ലാൻഡ്സ്കേപ്പ് പെയിന്റിംഗുകളും കാണാം.

പിയാസ എസ് മരിയ നോവെല്ല ഫ്ളോറൻസിലെ ഏറ്റവും ആകർഷകമായ ചത്വരങ്ങളിലൊന്നാണ്. 1287ൽ ഇതിന്റെ നിർമാണം ആരംഭിച്ചു. 40 വർഷംകൊണ്ടാണ് നിർമാണം പൂർത്തിയായത്. മതപരമായ ചടങ്ങുകളുടെയും പൊതുകാര്യങ്ങളുടെയും സുപ്രധാന കേന്ദ്രമായിരുന്നു ഇത്. ചത്വരത്തിനഭിമുഖമായി എസ് മരിയ നോവല്ല പള്ളി നിൽക്കുന്നു. എസ് പാവോള ആശുപത്രിയും തൊട്ടടുത്തുണ്ട്. 13-ാം നൂറ്റാണ്ടിലെ ഒരു ജലധാരയും അവിടെ കാണാം.

ട്രെയിൻ സ്റ്റേഷനപ്പുറം എസ് മരിയ നോവെല്ല ബസിലിക്ക കെട്ടിട സമുച്ചയമാണ്. 1221ൽ പണികഴിപ്പിച്ച മനോഹരമായ ദേവാലയം. 1278ൽ പുതിയൊരു പള്ളി അവിടെ നിർമ്മിക്കപ്പെട്ടു. സിസ്റ്റൊ, റിസ്റ്റോറൊ എന്നീ ശില്പികളാണ് ഇതു നിർമ്മിച്ചത്. 1420ൽ പോപ്പ് മാർട്ടിൻ അഞ്ചാമൻ അതു വെഞ്ചരിക്കുമ്പോഴും മുഖപ്പിന്റെ പണികൾ പൂർത്തിയായിരുന്നില്ല. ധനാഢ്യരായ പ്രഭുക്കന്മാരുടെ കൗൺസിലാണ് 1439ൽ മുഖപ്പ് പൂർത്തിയാക്കിയത്. പിൽക്കാലത്തും പല കൂട്ടിച്ചേർക്കലും അതിനുണ്ടായി. അകവശത്തും കാര്യമായ മാറ്റങ്ങൾ വരുത്തി. കലാമേന്മകൊണ്ട്

ഫ്ളോറൻസിലെ ഏറ്റവും അഭിമാനകരമായ കാഴ്ചയാണ് എസ് മരിയ നോവല്ല ബസിലിക്കയെന്നു പറയാം. ചാപ്പലുകളുടെ അനന്തമായ തുടർച്ചയും അവിടെയുണ്ടായി. അക്കാലത്തെ പ്രശസ്തരായ കലാകാരന്മാരും ശില്പികളും തങ്ങളുടെ അസംഖ്യം കലാസൃഷ്ടികൾകൊണ്ട് ബസിലിക്കയെ മോടിപിടിപ്പിച്ചിരിക്കുന്നു.

എസ് മരിയ നോവെല്ല മ്യൂസിയം ബസിലിക്കയോടനുബന്ധിച്ചുള്ള കമാനങ്ങളും ഭക്ഷണശാലകളും ഉൾപ്പെട്ടതാണ്. ഗ്രീൻ ക്ലോയിസ്റ്റർ-ഫ്രാജെ ടാലെന്റിയാണ് ഇതു നിർമ്മിച്ചത്. ഇതിനു ചുറ്റും കമാനങ്ങളും അവയിൽ ഫ്രെസ്കോ ചിത്രങ്ങളും ഉൾപ്പെടുത്തി. പച്ച പെയിന്റ് കൂടുതൽ ഉപയോഗിച്ചിരുന്നതിനാൽ ഗ്രീൻ ക്ലോയിസ്റ്റർ എന്ന പേരിലും ഇത് അറിയപ്പെട്ടു.

പി ഒസെല്ലോ അവിടത്തെ ഫ്രെസ്കോ ചിത്രങ്ങൾക്കു വിഷയങ്ങളാക്കിയത് ബൈബിളുമായി ബന്ധപ്പെട്ട കാര്യങ്ങളായിരുന്നു. മൃഗങ്ങളുടെ സൃഷ്ടി, നോവയുടെ പെട്ടകം, ഒറിജിനൽ സിൻ, യൂണിവേഴ്സൽ ഫ്ളഡ്, ഡ്രങ്കൻനസ് ഓഫ് നോവ-അങ്ങനെ പോകുന്നു ചിത്രങ്ങളുടെ നിര.

ക്യാപ്പിറ്റുലാർ ഹാൾ അഥവാ സ്പാനിഷ് ചാപ്പൽ-ടോളഡോയിലെ എലിനോർ രാജസഭയിലെ സ്പെയിൻ പ്രഭുക്കന്മാർക്കായി സ്ഥാപിച്ച

എസ് മരിയ നോവെല്ലയിലെ ആർട്ട് ഗാലറി

താണ് സ്പാനിഷ് ചാപ്പൽ. ക്ലോയിസ്റ്റർ ഓഫ് ദി ഡെഡ് - കലാപരമായ കല്ലറകൾ നിരനിരയായുള്ള കമാനമാണിത്. സ്ട്രോസി കുടുംബം വക, അന്ത്യകർമങ്ങൾക്കായുള്ള ഒരു ചാപ്പലും ഇവിടെ സ്ഥിതിചെയ്യുന്നു. അതിന്റെ ഭിത്തികളെല്ലാം ഫ്രെസ്കോ ചിത്രങ്ങൾകൊണ്ട് മോടിപിടിപ്പിച്ചിരിക്കുന്നു.

റിഫെക്ടറി - ഡൊമിനിക്കൻ പുരോഹിതർ ഉപയോഗിച്ചിരുന്ന വസ്തുക്കളും വിശുദ്ധ കലാരൂപങ്ങളും ഈ മ്യൂസിയത്തിൽ സൂക്ഷിച്ചിരിക്കുന്നു. മെയിൻ ക്ലോയിസ്റ്റർ കൂടാതെ പോപ്പുമാരുടെ ചാപ്പൽ- ഈ രണ്ടു വിഭാഗങ്ങളും പെറ്റി ഓഫീസർമാരുടെ കേന്ദ്രമാണ്. അതിനാൽ അവരുടെ അനുവാദത്തോടെ മാത്രമേ സന്ദർശകരെ അങ്ങോട്ട് പ്രവേശിപ്പിക്കൂ. പോപ്പി ലിയോ പത്താമൻ ഡി മെഡിസിക്കുവേണ്ടി 1515-ൽ നിർമ്മിച്ചതാണിത്.

ആധുനികയുഗത്തിലെ അദ്ഭുതങ്ങളുടെ കൊട്ടാരമാണ് ഒഫീഷ്യാന പ്രൊഫ്യൂമോ-ഫാർമസ്യൂട്ടിക്ക ഡി സാന്റ മരിയ നൊവേല. ഫ്ളോറൻസ് സന്ദർശിക്കുന്നവർ നിർബന്ധമായും ഇതു കണ്ടിരിക്കണം. അതിനകത്തു പ്രവേശിച്ചാൽ അലൗകികമായ ശാന്തിയും മനംമയക്കുന്ന സുഗന്ധവും സന്ദർശകരെ കോരിത്തരിപ്പിക്കും. പഴയ കോൺവെന്റിന്റെ ഭാഗമായാണ് ഫാർമസിയുടെ മുറികൾ ഒരുക്കിയിരിക്കുന്നത്. പണ്ടത്തെ എസ് നിക്കോളോയും ബാരി ചാപ്പലും ഇപ്പോൾ കൗതുകവസ്തുക്കളുടെ വില്പന ശാലയാണ്. പതിനെട്ടാം നൂറ്റാണ്ടുവരെ നിലനിന്നിരുന്ന പലചരക്കു കടകൾ അതുപോലെ പുനഃസ്ഥാപിച്ച് പണ്ടത്തെ അപ്പോത്തിക്കരി ഉപകരണങ്ങൾ, ജാറുകൾ, മോർട്ടാറുകൾ, ശാസ്ത്രീയ ഉപകരണങ്ങൾ, പഴയകാല പാചക പുസ്തകങ്ങൾ, സന്ദർശകരുടെ അഭിപ്രായങ്ങളും ഒപ്പുകളും ശേഖരിച്ച പുസ്തകങ്ങൾ മുതലായവ അടുക്കി സൂക്ഷിച്ചിരിക്കുന്നു. 1600കളിൽ ചാപ്പൽ ശുദ്ധജലം സംഭരിച്ചുവയ്ക്കാനുള്ള സ്ഥലമായും ഉപയോഗിച്ചു. അതിനാൽ വാട്ടർ റൂം എന്നും അതിനു പേരുണ്ട്.

പുരോഹിതന്മാർ ഔഷധസസ്യങ്ങൾ ഇവിടെ നട്ടുവളർത്തിയിരുന്നു. അതോടെ അപ്പോത്തിക്കരി പ്രവർത്തനങ്ങൾക്ക് അവർ തുടക്കം കുറിച്ചു. 17-ാം നൂറ്റാണ്ടിൽ ഔഷധ സസ്യങ്ങളിൽനിന്നു സുഗന്ധദ്രവ്യങ്ങളും നിർമിക്കാൻ തുടങ്ങി. അങ്ങനെ 1612ൽ ഔദ്യോഗികമായി ഒഫീഷ്യാന സ്ഥാപിക്കപ്പെട്ടതായി കരുതപ്പെടുന്നു. താമസിയാതെ അതിന്റെ പ്രശസ്തി ലോകമെമ്പാടുമെത്തി. സുഗന്ധമുള്ള ജലവും ക്രീമുകളും സോപ്പുകളും മറ്റും അവിടെ നിർമ്മിച്ചു. വിദേശസഞ്ചാരികൾ ഫ്ളോറൻസിൽ അവ വാങ്ങാനുമെത്തിത്തുടങ്ങി.

ചൈനയുൾപ്പെടെ നിരവധി രാജ്യങ്ങൾ അവിടത്തെ സുഗന്ധവസ്തുക്കൾ വാങ്ങാനെത്തിയിരുന്നു. മെഡിസികുടുംബം ഇവിടത്തെ സംരംഭങ്ങൾക്കാവശ്യമായ സഹായങ്ങളെല്ലാം ഏർപ്പെടുത്തിയിരുന്നു. നല്ല ബന്ധമാണ് കൊട്ടാരത്തിൽനിന്നുണ്ടായിരുന്നത്. ഒട്ടേറെ സമ്മാനങ്ങളും

കൊട്ടാരത്തിൽനിന്ന് നൽകിക്കൊണ്ടിരുന്നു. ഇവിടെനിന്നിറങ്ങുന്നത് ബോർഗൊ ഒഗ്നിസാന്റിയിലേക്കാണ്.

ആർക്കിടെക്ട് ജി മൈക്കലേസി 1911ൽ രൂപകല്പന ചെയ്ത മനോഹരമായ സ്ട്രീറ്റാണിത്. ഫ്ളോറൻസിലെ പുരാതന ചിത്രങ്ങളുടെ അപൂർവശേഖരം ഇവിടെ കാണാനാവും.

കമ്പിളി നെയ്ത്തുകാർക്കായി 1251ൽ നിർമിച്ച ദേവാലയം പള്ളിയാണ് ഒഗ്നിയാന്റി ചർച്ച്. ഇതിനടുത്തായി നിരവധി മില്ലുകളും വർക്ക്ഷോപ്പുകളും പ്രവർത്തിക്കുന്നു. മധ്യകാലത്തെ ഒരു മണിഗോപുരവും കാണാം. പള്ളിക്കകത്ത് ഒരു അറയേയുള്ളൂ. അൾത്താരയുടെ വലതുവശത്തായി ഡി ഘിർലാന്റിയോയുടെ ഫ്രെസ്കോ ചിത്രങ്ങൾ പ്രദർശിപ്പിച്ചിട്ടുണ്ട്.

അൾത്താരയിലും സാന്റി ഡി ടിറ്റോ, ബോട്ടിസെല്ലി, ജെ ലിഗോസി, ജി.ബി. സെന്നിനി, ടി ഗാന്ധി തുടങ്ങിയവർ വരച്ച ഫ്രെസ്കോ ചിത്രങ്ങളുടെ നിരതന്നെയുണ്ട്. ഘിർലാന്റിയോയുടെ അവസാനത്തെ അത്താഴം എന്ന ചിത്രവും ആരെയും അമ്പരപ്പിക്കും.

പണ്ടത്തെ എസ് പാൻക്രാസിയോ പള്ളിയുടെ സ്ഥാനത്ത് 1988ൽ സ്ഥാപിച്ച മറിനോ മാറിനി മ്യൂസിയമാണ് അടുത്തത്. പ്രശസ്ത ചിത്രകാരൻ മാറിനിയുടെ ചിത്രങ്ങളുടെ ശേഖരമാണിവിടെ. പഴയ പള്ളി മൂന്നു നിലകളായി തിരിച്ചിരുന്നു. വർഷങ്ങളുടെ ക്രമത്തിലാണ് അവിടെ പ്രദർശന വസ്തുക്കൾ വച്ചിരുന്നത്. പ്രശസ്തരുടെ ഒട്ടേറെ പെയിന്റിംഗുകളുടെ ശേഖരവും അവിടെയുണ്ട്.

പതിനാറ്

എസ് ലോറൻസൊ എന്ന ചത്വരത്തിലാണ് പ്രശസ്തമായ എസ് ലോറൻസൊ ചാപ്പലും മെഡിസി ചാപ്പലും. എസ് ലോറൻസൊ മാർക്കറ്റ്, എസ് ലോറൻസൊ ബസിലിക്ക, മൈക്കലാഞ്ജലോ രൂപകല്പന ചെയ്ത മെഡിസി ലോറന്റിയൻ ലൈബ്രറി, സെനാകോളോ ഡെൽ ഫുലിഗ്നോ, പാലസൊ മെഡിസി റിക്കാർഡി, മാഗി ചാപ്പൽ, സെനാകോളൊഡി അപ്പോളോനിയ, ഖിയോസ്ട്രൊ ഡെല്ലോ സ്കാൽസൊ എന്നിവയാണ് ഇവിടെ കാണാനുള്ള മറ്റു കേന്ദ്രങ്ങൾ. കാനോന്മാരുടെ പാചകരീതി കൾക്കു പ്രത്യേകതയുണ്ട്. അതും ഈ ചത്വരത്തിൽ കണ്ടറിയാം.

എസ് ലോറൻസൊ മാർക്കറ്റ് 1874ൽ ജി മെഗ്നോണി എന്ന ശില്പി ഇരുമ്പുകൊണ്ടുള്ള ചട്ടക്കൂടുകളിൽ ചില്ലുപിടിപ്പിച്ച് പണിതു യർത്തിയതാണ്. ഭക്ഷ്യവസ്തുക്കളുടെ ക്രയവിക്രയമാണ് ഇവിടെ പ്രധാനമായും നടന്നിരുന്നത്.

വിപുലമായ ഈ വിപണി ചത്വരം എസ് ലോറൻസൊ പള്ളിയുടെ ഭാഗമാണെന്നു പറയാം. മെഡിസി കുടുംബത്തിന്റെ മുൻതലമുറക്കാര നായിരുന്ന ഗിയോവന്നിയുടെ ശവകുടീരം അവിടെ കാണാം. ബി ബാൻഡിനെല്ലി എന്ന ശില്പിയാണ് അതു രൂപപ്പെടുത്തിയത്.

സെന്റ് അംബ്രോസ് 393ൽ വെഞ്ചരിച്ച ലോറൻസൊ ബസിലിക്ക നഗരത്തിലെ ആദ്യ കത്തീഡ്രലാണ്. എട്ടാം നൂറ്റാണ്ടിലാണിതു പണി തത്. 1059ൽ റൊമാനെസ്ക്യൂ രീതിയിൽ പുനർനിർമ്മാണം നടത്തി. 1418ൽ മെഡിസി കുടുംബക്കാർ പള്ളിയുടെ ഉടമസ്ഥരായി. അവരാണതു പുതുക്കിപ്പണിതത്. ബസിലിക്കയുടെ ഉൾവശത്ത് ഒരു ചാപ്പലും അവർ ഒരുക്കി. പള്ളിയുടെ രൂപകല്പന ഗിയോവന്നിയാണ് നിർവഹിച്ചത്. 1461ൽ അതിന്റെ നിർമ്മാണം പൂർത്തിയായി. പിന്നീട് ഒരു ലൈബ്രറിയും മ്യൂസി യവും അതിനോടു ചേർന്ന് നിർമ്മിച്ചു. ഈ ബസിലിക്കയിൽ അന്നത്തെ പ്രശസ്തരായ കലാകാരന്മാരുടെയെല്ലാം സൃഷ്ടികളുണ്ട്. ആർ ഫിയോ റെന്റിനൊ, ഡി ഡ സെറ്റിഗ്നാനൊ, ഡോണെറ്റല്ലോ, ജി ഫെറ്റി, ഡി ഘിർലാന്റിയോ എ ഇൽ ബാഗിയാനോ, ഫിലിപ്പൊ ലിപ്പി മുതലായവർ അക്കൂട്ടത്തിൽപെടുന്നു.

പോപ്പ് ക്ലമന്റ് ഏഴാമൻ ഡി മെഡിസിക്കുവേണ്ടി 1524ൽ മൈക്കലാ ഞ്ജലോ മെഡിസി ലോറന്റിയൻ ലൈബ്രറി രൂപകല്പന ചെയ്തു. കൊസിമൊ ദി എൽഡർ സമാരംഭിച്ച സംവിധാനങ്ങളാണ് അവിടെ ഒരുക്കിയത്. ഗ്രീക്ക്-ഈജിപ്ഷ്യൻ രേഖകൾ വരെ പാപ്പിറസ് ചുരുളുകളിൽ തയ്യാറാക്കിയത് അവിടെ കാണാം. അമ്മാനറ്റിയും വാസരിയും ചേർന്ന് 1568ൽ അതിന്റെ നിർമ്മാണം പൂർത്തിയാക്കി. ലൈബ്രറിയുടെ റീഡിംഗ് റൂമിൽ ബെഞ്ചുകളും ഡെസ്കുകളും ഒരുക്കിയിരുന്നു. തടികൊണ്ടുള്ള മേൽത്തട്ടിലും ടെറാക്കോട്ട തറയിലും ഒട്ടേറെ അലങ്കാരപ്പണികളുമുണ്ടായിരുന്നു.

മെഡിസി ചാപ്പലുകൾ പ്രധാനപ്പെട്ട കാഴ്ചകളാണ്. മെഡിസി രാജ കുടുംബത്തിന്റെ പ്രതീകമായി നിലനിൽക്കുന്നതിന് കൊസിമോ ഒന്നാമൻ

മെഡിസി ചാപ്പൽ

വിഭാവനം ചെയ്തതാണ് ചാപ്പൽ ഓഫ് പ്രിൻസസ്. ചാപ്പലിനകത്ത് നാലു കല്ലറകളിലായി മെഡിസി കുടുംബത്തിലെയും ലോറെയിൻ കുടുംബത്തിലേയും പ്രമുഖരുടെ ശവകുടീരങ്ങൾ ഒരുക്കിയിരിക്കുന്നു. അടിവശത്തായി കൊസിമൊ ദി എൽഡറുടെ ശവകുടീരവുമുണ്ട്. അവിടെ നിന്ന് മുകളിലേക്ക് പടികൾ കയറിയാൽ ചാപ്പലിലെത്താം. അഷ്ടഭുജ ങ്ങളുള്ള ഈ മുറിയുടെ മുകളിൽ ഫ്രെസ്കോ ചിത്രങ്ങൾ നിറഞ്ഞ താഴികക്കുടം കാണാം. 1828ൽ വരച്ച ഈ ചിത്രങ്ങളുടെ വിഷയം പഴയ നിയമത്തിലെയും പുതിയ നിയമത്തിലെയും കഥകളാണ്. ഇടത്തരം വില യുള്ള കല്ലുകളും മാർബിളും ഉപയോഗിച്ചാണ് ചാപ്പൽ നിർമ്മിച്ചിരിക്കു ന്നത്. ഈ ചാപ്പലിലെ ഹാളിലൂടെ നടന്നാൽ ന്യൂ സാക്രിസ്റ്റിയിലെത്തും.

മൈക്കലാഞ്ജലോയാണ് 1520ൽ ഇതിന്റെ നിർമ്മാണത്തിന് തുടക്കം കുറിച്ചത്. പോപ്പിലിയോ പത്താമൻ ലോറൻസൊ ദി മാഗ്നിഫിഷ്യന്റിന്റെ കുടുംബത്തിനായി ശവകുടീരങ്ങൾ നിർമ്മിക്കാൻ അദ്ദേഹത്തെ ചുമതല പ്പെടുത്തി. പല കാരണങ്ങളാലും നിർമ്മാണം നീണ്ടുപോയി. ഒടുവിൽ അമ്മാനറ്റിയും വാസരിയും ചേർന്ന് 1555ൽ ആണ് പണികൾ പൂർത്തി യാക്കിയത്. മൈക്കലാഞ്ജലോ രൂപം നൽകിയ മഡോണയുടെയും കുഞ്ഞിന്റെയും ശില്പം താഴെ കാണാം. ലോറൻസൊ മെഡിസിയു ടെയും സഹോദരൻ ഗിലിയാനോയുടെയും ശവകുടീരങ്ങൾ അവിടെയാ ണ്. ന്യമേഴ്സ് ഡ്യൂക്ക് ഗിലിയാനോയുടെ ശവകുടീരവും അർബിനൊ ഡ്യൂക്ക് ലോറൻസൊയുടെ കല്ലറയുമാണ് തൊട്ടടുത്ത്. അൾത്താരയിൽ ഗിയാംബോളഗ്ന നിർമിച്ച ഓടിലുള്ള കുരിശാരോഹണ ശില്പവും പ്രദർശിപ്പിച്ചിരിക്കുന്നു.

കാനോന്മാരുടെ പാചകരീതികൾ പ്രസിദ്ധമാണെങ്കിലും അവരുടെ ജീവിതത്തെക്കുറിച്ച് വളരെ കുറച്ചു കാര്യങ്ങളേ അറിയാൻ കഴി ഞ്ഞിട്ടുള്ളൂ. പുരാതന രേഖകളിൽ അവർ പള്ളിയിലെ ആഘോഷ ങ്ങൾക്കായി വിരുന്നുസൽക്കാരങ്ങൾ ഒരുക്കുന്നവരാണെന്നും വായിക്കാം. 1512ൽ മെഡിസി ഫ്ളോറൻസിലേക്കു തിരിച്ചുവന്നതിന്റെ ആഘോഷ ത്തിനും വിശേഷവിഭവങ്ങളൊരുക്കിയിരുന്നത് ഇവരാണത്രെ. പല ആഘോഷങ്ങൾക്കും കാനോന്മാർ വിശിഷ്ട വിഭവങ്ങൾ ഒരുക്കിയിരു ന്നതു മത്സ്യം വിളമ്പിയായിരുന്നു. അവയ്ക്കൊപ്പം മാംസവിഭവങ്ങളും സസ്യാഹാരങ്ങളുമുണ്ടാകുമായിരുന്നു. കോളിഫ്ളവർ, ഫെന്നൽ, ലെറ്റ്യൂസ്, സ്പിനിജ്, ബീറ്റ്റൂട്ട് കൂടാതെ കടൽച്ചെടികളും വേരുകളുമൊക്കെ സസ്യ ഭക്ഷണത്തിൽ ഉൾപ്പെടുത്തിയിരുന്നു. പഴങ്ങളും വൈനും ബ്രെഡും അവരുടെ സ്പെഷലാണ്.

കന്യാസ്ത്രീ കോൺവെന്റായാണ് സെനാകോളോ ഡെൽ ഫുലിഗ്നോ പ്രവർത്തിച്ചിരുന്നത്. പിന്നീടത് പ്രധാനപ്പെട്ട ഭക്ഷണശാല കളായി മാറ്റി. ഭിത്തിയിൽ മനോഹരമായ ഒരു ലാസ്റ്റ് സപ്പർ ചിത്രമുണ്ട്. പെറുഗിനോയുടെ ഡ്രോയിംഗിനെ അവലംബിച്ച് ചില കലാവിദ്യാർത്ഥി കൾ വരച്ചതാണത്.

ഒരുകാലത്ത് മെഡിസി കുടുംബം താമസിച്ചിരുന്ന ഈ കൊട്ടാരങ്ങൾ പാലസൊ മെഡിസി റിക്കാർഡി എന്ന പേരിലാണ് അറിയപ്പെടുന്നത്. അതിപ്പോൾ സർക്കാർ ഓഫീസുകളാണ്. 1437ൽ കൊസിമൊ ദി എൽഡർ മിക്കാലോസോയോടും പുതിയൊരു കൊട്ടാരം നിർമ്മിക്കാൻ ആവശ്യപ്പെട്ടു. അതിന്റെ മുഖപ്പിൽ മെഡിസി കുടുംബത്തിന്റെ പ്രതാപം പ്രദർശിപ്പിച്ചിരുന്നു. 1659–ൽ റിക്കാർഡി കുടുംബം ഈ കൊട്ടാരം വാങ്ങി. പുതിയ വിഭാഗങ്ങൾ കൂട്ടിച്ചേർത്ത് അവരത് വികസിപ്പിച്ചു. ഇന്നവിടെ റിക്കാർഡി കുടുംബത്തിന്റേതായ 300ൽ ഏറെ പുരാവസ്തുക്കൾ ശേഖരിച്ചിട്ടുണ്ട്. ഒരു പൂന്തോട്ടവും ശില്പങ്ങളും നാരകവൃക്ഷങ്ങളുംകൊണ്ട് ഇവിടം കൂടുതൽ മോടിപിടിപ്പിക്കുകയും ചെയ്തിരിക്കുന്നു.

ഈ കൊട്ടാരത്തിനു വലതുവശത്തെ പടികൾ കയറിച്ചെന്നാൽ വിസ്മയകരമായി ഒരുക്കിയിരിക്കുന്ന മാഗി ചാപ്പലിൽ എത്താം. ബിഗൊസ്സോളിയുടെ ഫ്രെസ്കോ ചിത്രങ്ങൾകൊണ്ട് മനോഹരമാണ് ചാപ്പലിന്റെ ഉൾവശം. അടുത്തുള്ള കൊട്ടാരത്തോടു ചേർന്ന് റിക്കാർഡിയൻ ലൈബ്രറി പിന്നീട് സജ്ജമാക്കുകയുണ്ടായി. 1715ൽ പൊതുജനങ്ങൾക്കത് തുറന്നുകൊടുത്തു. റിക്കാർഡി രാജകുടുംബവുമായി ബന്ധപ്പെട്ട നാലായിരത്തിലേറെ കൈയെഴുത്തു പ്രതികളും 50000ത്തിൽ കൂടുതൽ ഗ്രന്ഥങ്ങളും അവിടെ ശേഖരിച്ചിരിക്കുന്നു.

സെന്റ് അപ്പോളിനിയ ബെനഡിക്‌ടൈൻ കന്യാസ്ത്രീകൾ 1339ൽ സ്ഥാപിച്ച കോൺവെന്റിന്റെ ഭക്ഷണമുറി തൊട്ടടുത്താണ്. പിന്നീട് ഇത് ആൻഡ്രിയ ഡെൽ കസ്റ്റാഗ്നോ എന്ന പേരിൽ മ്യൂസിയമാക്കി. ഭിത്തികൾ ഫ്രെസ്കോ ചിത്രങ്ങൾകൊണ്ട് അലങ്കരിച്ചിട്ടുണ്ട്. ലാസ്റ്റ് സപ്പർ, ക്രൂസിഫിക്കേഷൻ തുടങ്ങിയ പ്രശസ്ത ചിത്രങ്ങൾ ഇവിടെ കാണാം.

ചെരുപ്പിടാതെ എപ്പോഴും നഗ്നപാദനായി നടന്നിരുന്ന എസ് ഗിയോവന്നി ബാറ്റിസ്റ്റയെ അനുസ്മരിക്കുന്നതാണ് ഖിയോസ്ട്രൊ ഡെല്ലോ സ്കാൽസൊ. സെന്റ് ജോൺ ദി ബാപ്റ്റിസ്റ്റിന്റെ കഥകൾ ഇവിടെ ഫ്രെസ്കോ ചിത്രങ്ങളായി ആലേഖനം ചെയ്തിട്ടുണ്ട്. അതിലെ രണ്ടു രംഗങ്ങൾ 1518ൽ ഫ്രാൻസിയ ബിഗിയൊ ആണ് പൂർത്തിയാക്കിയത്.

പതിനേഴ്

ഗാലറികളുടെ ഒരു ചത്വരം തന്നെയുണ്ട്. അക്കാദമിയ ഗാലറി, മറുസെല്ലിയൻ ലൈബ്രറി, എസ് മാർക്കോ ചർച്ച്, എസ് മാർക്കോ മ്യൂസിയം, നാച്ചുറൽ ഹിസ്റ്ററി മ്യൂസിയം, ബോട്ടാണിക്കൽ ഗാർഡൻ, ഹാൾ ഓഫ് ദി കൊളോസസ്, പതിനഞ്ചാം നൂറ്റാണ്ടിലെ ഫ്ളോറന്റൈൻ പെയിന്റിംഗുകളുടെ ശേഖരമായ ഫ്ളോറന്റിനോ റൂംസ്, ബാർട്ടോലിനിയുടെ പ്ലാസ്റ്റർ കാസ്റ്റ്സ് ശേഖരം എന്നിവയാണ് ഇവിടത്തെ മറ്റു കാഴ്ചകൾ.

മറുസെല്ലിയൻ ലൈബ്രറി ഫ്രാൻസിസ് കോമറുസെല്ലി പ്രഭു കുടുംബക്കാരാണ് സ്ഥാപിച്ചത്. 1752ൽ അത് പൊതുജനങ്ങൾക്ക് തുറന്നു കൊടുത്തു. അഞ്ചരലക്ഷത്തോളം പുസ്തകങ്ങളും രണ്ടായിരത്തഞ്ഞൂറിലേറെ കൈയെഴുത്തു പ്രതികളും മുപ്പതിനായിരത്തിലധികം കത്തുകളും ഇവിടെയുണ്ട്.

എസ് മാർക്കോ ചർച്ച്, റോമനെസ്ക്യൂ ഗോഥിക് കോൺവെന്റിന്റെ ഭാഗമാണ്. പള്ളിയുടെ മുഖപ്പ് പല നൂറ്റാണ്ടുകളിലായി പരിഷ്കരിക്കപ്പെട്ടുകൊണ്ടിരുന്നു. ഉൾവശത്തിനും നിരവധി മാറ്റങ്ങൾ വരുത്തി. താഴികക്കുടങ്ങളിലെ ഫ്രെസ്കോ ചിത്രങ്ങൾ എ ഖെറാർഡിനിയാണ് പൂർത്തീകരിച്ചത്. മുഖ്യ അൾത്താരയിൽ ആഞ്ജലിക്കോ രചിച്ച ക്രൂശിതരൂപവും കാണാം. എസ് മാർക്കോ ചർച്ചിന്റെ ഇടതുവശത്തായി സെന്റ് അന്റോണിനൊ ചാപ്പലുണ്ട്. ഇവിടെ പല പ്രമുഖരുടേയും ശവകുടീരങ്ങളുണ്ട്.

കോൺവെന്റിന്റെ ഒരു ഭാഗം എസ് മാർക്കോ മ്യൂസിയമാക്കി മാറ്റി. പ്രശസ്ത ചിത്രകാരന്മാരുടെയും ശില്പികളുടെയും അതുല്യ സൃഷ്ടികൾ ഇവിടെ സൂക്ഷിച്ചിരിക്കുന്നു. ഇവിടത്തെ ഹോസ്പിസ് ഹാൾ ഒരു കാലത്ത് സാധുക്കളായ തീർത്ഥാടകരുടെ ഉപയോഗത്തിന് നൽകിയിരുന്നു. വിസ്മയകരമായ ചിത്രങ്ങളും ശില്പങ്ങളും ഇവിടെയുമുണ്ട്.

മുകളിലെ നിലയിൽ മൂന്ന് ഇടനാഴികളുണ്ട്. പുരോഹിതന്മാർക്കായി 43 മുറികൾ ഇവിടെ ഒരുക്കിയിരിക്കുന്നു. അതുല്യ ഫ്രെസ്കോ ചിത്രങ്ങളുടെ നിരയും ഇവിടത്തെ ഇടനാഴികളിലെ ഭിത്തികളിൽ കാണാം. മൂന്നാം ഇടനാഴിയിലെ കൊസിമൊ ദി എൽഡറുടെ സ്വകാര്യ സെൽ മാഗിയുടെ

പെയിന്റിംഗുകൾകൊണ്ട് സമൃദ്ധമാണ്. ഇതോടനുബന്ധിച്ചുള്ള ലൈബ്രറിയുടെ പ്രവേശന കവാടത്തിലും പ്രസിദ്ധ ചിത്രകാരന്മാരുടെ സവിശേഷമായ ചിത്രങ്ങളുണ്ട്.

നാച്ചുറൽ ഹിസ്റ്ററി മ്യൂസിയം അധികം ദൂരത്തല്ല. വിവിധ വിഭാഗങ്ങളിൽപെട്ട നിരവധി വസ്തുക്കളുടെ ശേഖരം ഇവിടെയുണ്ട്. അതിലൊന്നാണ് പാലിയന്തോളജി മ്യൂസിയം. മൂന്നു ലക്ഷത്തോളം ഫോസിലുകളും പാറകളുടെ മാതൃകകളും ഇവിടെ ശേഖരിച്ചിരിക്കുന്നു. മറ്റൊന്നാണ് ബോട്ടാണിക്കൽ മ്യൂസിയം. 1842ൽ ഫിലിപ്പോ പരാടോർ ആണ് ഇതു സ്ഥാപിച്ചത്. ഇത്തരത്തിലൊന്ന് ഇറ്റലിയിൽ ഇവിടെ മാത്രം.

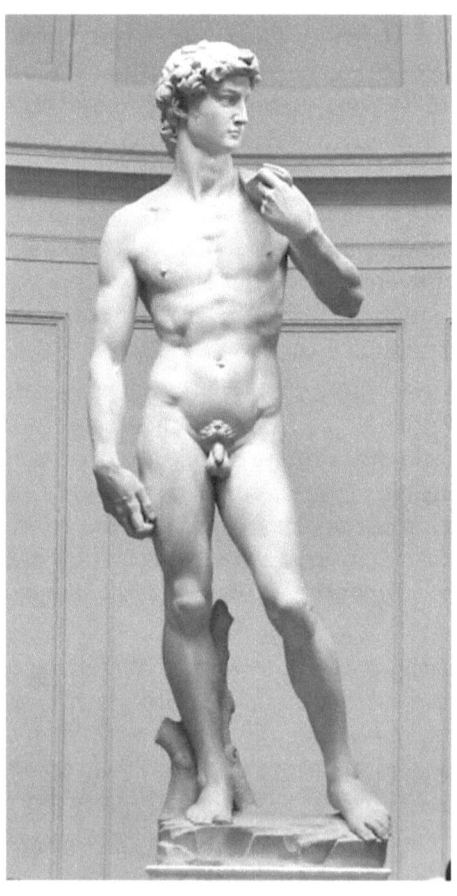

ഇതാണു ദാവീദിന്റെ മാർബിൾ ശില്പം.
മൈക്കലാഞ്ജലോയുടെ അദ്ഭുത കലാസൃഷ്ടി

അതിവിസ്തൃതമായ ബോട്ടാണിക്കൽ ഗാർഡൻ വിശാലമായ രണ്ടു ഹെക്ടർ സ്ഥലത്താണു വ്യാപിച്ചു കിടക്കുന്നത്. കൊസിമൊ ഒന്നാമൻ ഡി മെഡിസിയാണ് ഇതു സ്ഥാപിച്ചത്. ട്രിബോലോ അത് രൂപകല്പന ചെയ്തു. പിന്നീട് മാറ്റങ്ങൾ വരുത്തി. നൂറ്റാണ്ടുകൾ പഴക്കമുള്ള അവിടത്തെ വൃക്ഷങ്ങളിൽ 1720ൽ മിച്ചേലി വച്ചുപിടിപ്പിച്ചതും ഉൾപ്പെടുന്നു. ലോകമെമ്പാടും നിന്നു ശേഖരിച്ച 6000ത്തിലേറെ ഇനങ്ങളിൽപെട്ട ചെടിവർഗങ്ങൾ ഇവിടെയുണ്ട്.

കലാരംഗത്തെ വിദ്യാർത്ഥികൾക്കായി സ്ഥാപിച്ചതാണ് അക്കാദമിയ ഗാലറി. ലൊറെയ്ൻസ് കുടുംബത്തിന്റെ സ്വകാര്യ ശേഖരത്തിലെ റഷ്യൻ ശില്പങ്ങളും പത്തൊമ്പതാം നൂറ്റാണ്ടിൽ അക്കാദമിയയിലേക്ക് മുതൽക്കൂട്ടാക്കി.

ഹാൾ ഓഫ് ദി കൊളോസസ് മ്യൂസിയത്തിന്റെ എട്ട് ഹാളുകളിൽ രണ്ടാമത്തേതാണ്. ഗിയാംബോളാഗ്നയുടെ റേപ്പ് ഓഫ് സാബൈൻസ് എന്നതിന്റെ ഒറിജിനൽ പ്ലാസ്റ്റർ മോഡൽ ഇവിടെ കാണാം. മിസ്റ്റിക്കൽ വെഡ്ഡിംഗ് ഓഫ് സെന്റ് കാതറീൻ, ഡീപൊസിഷൻ ഫ്രം ദി ക്രോസ് തുടങ്ങിയ പ്രശസ്ത ചിത്രങ്ങളും ഇവിടെ കാണാം.

മൈക്കലാഞ്ജലോയുടെ 'നാല് തടവുകാർ' ഇവിടെ പ്രദർശിപ്പിച്ചിരിക്കുന്നു. റോമിലെ പോപ്പ് ജൂലിയസ് രണ്ടാമന്റെ ഗ്രേറ്റ് മൗസോളിയത്തിനു വേണ്ടി നിർമ്മിച്ച ഈ അപൂർണ ശില്പങ്ങൾ പിന്നീട് ഇങ്ങോട്ടു കൊണ്ടുവരുകയായിരുന്നു. മൈക്കലാഞ്ജലോയുടെ മരുമകനാണ് ഈ ശില്പങ്ങൾ ഗ്രാന്റ് ഡ്യൂക്ക് കൊസിമൊ ഒന്നാമന് കൈമാറിയത്.

ഗാലറിയുടെ പുറകുവശത്തായാണ് ദാവീദ് ശില്പം. മൈക്കലാഞ്ജലോ രൂപകല്പന ചെയ്ത ആ വൻ ശില്പത്തിന് 4.10 മീറ്റർ ഉയരമുണ്ട്. മൈക്കലാഞ്ജലോ രൂപകല്പന ചെയ്തതും പൊണ്ടോർമൊ നിർമിച്ചതുമായ വീനസ് ആൻഡ് ക്യൂപിഡ് സാന്റി ഡി ടിറ്റോയുടെ ക്രൈസ്റ്റ് എന്ററിംഗ് ജറുസലേം പോർട്ടെല്ലിയുടെ ഡിസ്പ്യൂട്ട് ഓവർ ദി ഇമ്മാക്കുലേറ്റ് കൺസപ്ഷൻ തുടങ്ങിയ മികവുറ്റ നിരവധി സൃഷ്ടികളും ഇവിടെ പ്രദർശിപ്പിച്ചിരിക്കുന്നു.

ഫ്ളോറന്റിനോ റൂംസ് - പതിനഞ്ചാം നൂറ്റാണ്ടിലെ ഫ്ളോറന്റൈൻ പെയിന്റിംഗുകളുടെ ശേഖരമാണ് ഇവിടെ പ്രധാനമായുള്ളത്. അക്കൂട്ടത്തിൽ എടുത്തു പറയത്തക്ക പലതും ഉണ്ട്. ഷെഗിയ രൂപപ്പെടുത്തിയ നൃത്തരംഗം, പി ഉസെല്ലോയുടെ തെബെയ്ഡ്, ബോട്ടിസെല്ലിയുടെ മഡോണയും കുഞ്ഞും സെന്റ് ജോൺ ദി ബാപ്റ്റിസ്റ്റ്, രണ്ട് മാലാഖമാർ... അങ്ങനെ പോകുന്നു അവയുടെ നീണ്ട നിര.

ബാർട്ടോലിനിയുടെ പ്ലാസ്റ്റർ കാസ്റ്റ്സ് ശേഖരം - ലോറൻസൊ ബാർട്ടോലിനി രൂപപ്പെടുത്തിയ പ്ലാസ്റ്റർ കാസ്റ്റ്സിന്റെ ശേഖരം ഈ

മുറിയിൽ കാണാം. 1985ൽ ആണ് അത് ഇന്നത്തെ രീതിയിൽ ഒരുക്കിയത്. അതിനടുത്താണ് ഗിയോടോസ്ക്യു ഹാൾ. ബൈസാന്റിയൻ ഹാൾ എന്നും അതറിയപ്പെടുന്നു. അപൂർവങ്ങളായ ഒട്ടേറെ ചിത്രങ്ങളും ശില്പങ്ങളും ഇവിടെയും പ്രദർശനത്തിന് വച്ചിരിക്കുന്നു. ഫ്ളോറന്റൈൻ പെയിന്റിംഗുകളുടെ ശേഖരം നാലു മുറികളിലായി ഫ്ളോർ റൂംസ് എന്ന പേരിലും 1985ൽ ഇവിടെ സജ്ജീകരിച്ചിട്ടുണ്ട്. തീർച്ചയായും കണ്ടിരിക്കേണ്ട ഒന്നാണ് മഹത്തായ സ്റ്റർഡി വയലിനുകളുടെ ശേഖരം.

പതിനെട്ട്

പൂച്ചകൾക്കു ഫ്ളോറൻസിൽ വലിയ പ്രാധാന്യമുണ്ട്. പള്ളികളിൽ വരെ പൂച്ചകളെ വളർത്തിയിരുന്നു. മൃഗങ്ങളോട് അവർക്ക് പ്രത്യേക താത്പര്യമാണ്. ചില പള്ളികളിൽ നായ്ക്കൾക്കു പ്രവേശനമുണ്ട്.

പൂച്ചകൾക്കു വലിയ പ്രാധാന്യം വരാൻ ഒരു കാരണം എലിശല്യമായിരുന്നു. പൂച്ചയുടെ വാലിലെ രോമങ്ങൾകൊണ്ട് ചിത്രകാരന്മാർ ബ്രഷുണ്ടാക്കിയിരുന്നു. കർദ്ദിനാൾ അലസ്സാൻഡ്രോ ഡി മെഡിസി പൂച്ചയുടെയും അണ്ണാന്റെയും കുറുക്കന്റെയും തോൽ എടുക്കുന്നത് നിരോധിക്കുകവരെ ചെയ്തു.

രാത്രികാലങ്ങളിൽ പള്ളിക്കെട്ടിടങ്ങൾക്കു നായ്ക്കളെ കാവൽ നിർത്തിയിരുന്നു. ഫ്ളോറൻസിലെ പ്രസിദ്ധരായ ചില നായ്ക്കളുടെ കഥകൾ പുസ്തകങ്ങളാക്കിയിട്ടുണ്ട്.

പറക്കുന്ന പ്രാണികളുടെ ശല്യം പണ്ടും ഉണ്ടായിരുന്നു. അവയെ ഇല്ലാതാക്കി പള്ളികൾ ശുദ്ധീകരിക്കാൻ ഒട്ടേറെ പണം അക്കാലത്ത് ചെലവഴിച്ചിരുന്നു. ഗന്ധകം ഉപയോഗിച്ച് അവയുടെ ശല്യം ഒരു പരിധി വരെ ഇല്ലാതാക്കിയതായി രേഖകളുണ്ട്.

പ്രശസ്തമായ കെട്ടിടങ്ങളിൽ മുഴുവൻ കാഷ്ഠിച്ചു വൃത്തികേടാക്കിയിരുന്ന പ്രാവുകളെ നിയന്ത്രിക്കാനും അന്നു ചില മാർഗങ്ങൾ നടപ്പാക്കിയിരുന്നു.

ആമയെപോലുള്ള ഉഭയജീവികളുടെ ചിത്രങ്ങളും അക്കാലത്ത് പ്രചാരത്തിലുണ്ടായിരുന്നു. പശു, ആട്ടിൻകുട്ടി തുടങ്ങിയവയുടെ ചിത്രങ്ങൾ ആയുധങ്ങളിലും മറ്റും ആലേഖനം ചെയ്തിരിക്കുന്നതു കാണാം. ബൊബോളി ഗാർഡനിൽ കണ്ടാമൃഗം, മയിൽ, കടലാമ തുടങ്ങിയവ ഉണ്ടായിരുന്നു. അവിടെ കാണപ്പെട്ടിരുന്ന മറ്റു ജീവികളാണ് മാൻ, കുറുക്കൻ, പോൾക്യാറ്റ്, കാട്ടുപൂച്ചകൾ, പന്നികൾ തുടങ്ങിയവ. അവയെ വേട്ടയാടുന്നതിന് കർശനമായ നിയന്ത്രണങ്ങൾ അന്ന് ഏർപ്പെടുത്തിയിരുന്നു.

അവയെ സംബന്ധിക്കുന്ന ശാസ്ത്രീയ വിജ്ഞാനത്തിന്റെ പ്രാധാന്യം മനസ്സിലാക്കിയാണ് മ്യൂസിയം ഓഫ് നാച്ചുറൽ ഹിസ്റ്ററി

രൂപപ്പെടുത്തിയിരിക്കുന്നത്. 1775ൽ സ്ഥാപിച്ച അവിടെ അക്കാലം മുതലുള്ള മൃഗങ്ങളെ സംബന്ധിച്ച പുരാവസ്തുക്കളും ശേഖരിച്ചിട്ടുണ്ട്.

കലയുടെ കാര്യത്തിലും കലാകാരന്മാരുടെ കാര്യത്തിലും ഫ്ളോറൻസ് ലോകപ്രശസ്തമാണ്. വ്യത്യസ്ത നൂറ്റാണ്ടുകളിൽ അവിടെ വസിച്ചിരുന്ന മൃഗസമൂഹവും ഫ്ളോറൻസിന്റെ പ്രശസ്തിക്കും വികസനത്തിനും കളമൊരുക്കിയിട്ടുണ്ട്. കുതിര, കഴുത, കോവർകഴുത, കുറുക്കൻ മുതലായവ ധാരാളം ചിത്രങ്ങൾക്കും ശില്പങ്ങൾക്കും വിഷയങ്ങളായിട്ടുണ്ട്. മണ്ണിലും കല്ലിലും മാർബിളിലും തടിയിലുമൊക്കെ അവയുടെ ശില്പങ്ങൾ രൂപംകൊണ്ടു. മഹത്തായ അത്തരം സൃഷ്ടികൾ ഇന്നും അമ്പരപ്പോടെ മാത്രമേ കണ്ടുനിൽക്കാനാവൂ. ഭാരം ചുമക്കുന്നതിനുള്ള കോവർ കഴുതയുടെ കഴിവിനെ അടിസ്ഥാനമാക്കി ചലിക്കുന്ന പ്രതിമകൾ പാലസൊ പിറ്റിയുടെ അങ്കണത്തിൽ സ്ഥാപിച്ചിട്ടുണ്ട്. വെനീഷ്യൻ അംബാസഡർ കാർലൊ കാപ്പെല്ലോയുടെ കുതിരയുടെ ശില്പവും കൊട്ടാരത്തിന്റെ പാരപ്പറ്റിൽ സ്ഥാപിച്ചിരിക്കുന്നു.

ഈ ചത്വരത്തിലെ പിയാസ എസ് എസ് അനുൺസിയാറ്റ ജനം ഒത്തുകൂടുന്നതിനുള്ള പ്രധാന വേദിയായിരുന്നു. ശനിയാഴ്ചകളിൽ ആഴ്ചച്ചന്തയും ഫ്ളോറന്റൈൻ വർഷത്തിന്റെ തുടക്കമായ മാർച്ച് 25നുള്ള വിരുന്നുസൽക്കാരവും ഇവിടെ നടത്തിയിരുന്നു. പരിശുദ്ധ കന്യകാമറിയത്തിന്റെ ജന്മദിനവുമായി ബന്ധപ്പെട്ട റിഫിക്കൊളോണ ആഘോഷവും വളരെ പ്രശസ്തമാണ്. സെപ്റ്റംബർ ഏഴ്, എട്ട് തീയതികളിലാണ് അത് ആഘോഷിക്കാറ്. കന്യാമറിയത്തിനു പ്രണാമങ്ങൾ അർപ്പിക്കുന്നതിന് ജനങ്ങൾ മരക്കമ്പിനറ്റത്ത് വിളക്കു തൂക്കിയിട്ട് പള്ളിയിലേക്കു വരുന്ന ചടങ്ങുമുണ്ട്. പള്ളിക്കകത്ത് എല്ലാവരുടെയും കൈയിൽ ഇതു കാണും.

ചത്വരത്തിന്റെ വലതുവശത്താണ് ഓസ്പെഡലെ ഡെഗ്ലി ഇന്നസെന്റി. ഇവിടെ പഠനം പൂർത്തിയാക്കിയ വിദ്യാർത്ഥികൾ ഇടയ്ക്കിടെ കലാപ്രകടനങ്ങൾ കാഴ്ചവയ്ക്കും. 1419ൽ സിൽക്ക് ഗിൽഡിന്റെ ധനസഹായത്തോടെയാണ് ഇതാരംഭിച്ചത്. ഇപ്പോൾ ഇത് ചിത്രഗാലറിയായി മാറി. വാതിലിൽ സിൽക്ക് ഗിൽഡിന്റെ ആഡംബര സമൃദ്ധമായ അലങ്കാരങ്ങൾ കാണാം. ചിത്രഗാലറിയിൽ വിശുദ്ധരുടെ ചിത്രങ്ങളാണ് അധികവും. ബോട്ടിസെല്ലിയുടെ മഡോണയും കുഞ്ഞും ഒരു മാലാഖയും സ്വേഡ് ടെറാക്കോട്ടയിലുള്ള മഡോണയും കുഞ്ഞും മഡോണ കൂടാതെ ഡെഗ്ലി ഇൻസെന്റി എന്നീ രചനകളും സന്ദർശകരെ ആകർഷിക്കുന്നു.

എസ് എസ് അനുൺസിയാറ്റയുടെ ബസിലിക്ക-സാങ്ചുറി സെർവി ഡി മരിയ ഓർഡറിൽപെട്ട പുരോഹിതന്മാരാണ് സ്ഥാപിച്ചത്. വലുതാക്കുകയും മുകളിൽ താഴികക്കുടം സ്ഥാപിക്കുകയും ചെയ്തു. ഇതിന്റെ പോർട്ടിക്കോയ്ക്കു കീഴിൽ മൂന്ന് വാതിലുകൾ കാണാം. ഗാലറിയുടെ വലതുവശത്തായി ചാപ്പൽ ഓഫ് അവർ ലേഡി ഓഫ് അസംപ്ഷൻ കാണാം. മാർബിൾ കൊണ്ടുള്ള ചെറിയൊരു ദേവാലയമാണത്. അതിന്റെ

വാതിലുകൾ വെങ്കലത്തിൽ തീർത്തവയാണ്. അകത്തുള്ള വെള്ളി കൊണ്ടുള്ള അൾത്താരയിൽ തൊട്ടു പ്രാർത്ഥിച്ചാൽ ദമ്പതികൾക്കു ഭാഗ്യം വരുമെന്നാണ് വിശ്വാസം.

ഓസ്ട്രിയയിലെ ഗ്രാന്റ് ഡച്ചസ് മരിയ മദ്ദലേനയ്ക്കു വേണ്ടി ജി പാരിഗി രൂപകല്പന ചെയ്ത നാഷണൽ ആർക്കിടെക്ചറൽ മ്യൂസിയം ഈ ചത്വരത്തിലാണ്. എട്രൂസ്കാൻ ചരിത്രവുമായി ബന്ധപ്പെട്ട വസ്തു ക്കളുടെ ഇറ്റലിയിലെതന്നെ സുപ്രധാന ശേഖരമാണ് ഇവിടത്തേത്. എട്രൂ സ്കാൻ ശവകുടീരവും സ്ഥാപിച്ചിട്ടുണ്ട്.

എട്രൂസ്കാൻ മ്യൂസിയം തൊട്ടടുത്തുണ്ട്. രത്നങ്ങൾ, വെങ്കലത്തിൽ തീർത്ത വസ്തുക്കൾ, നാണയങ്ങൾ തുടങ്ങിയ വിപുലമായ ശേഖരമാണ് അവിടെയുള്ളത്. എട്രൂസ്കാൻ ശവകുടീരങ്ങളിൽനിന്നുള്ള നിരവധി ശില്പങ്ങൾ അക്കൂട്ടത്തിൽ കാണാം. ദൈവങ്ങളുടെയും മറ്റും ശില്പ ങ്ങളും അക്കൂട്ടത്തിൽപ്പെടുന്നു. സർക്കോഫാഗസ് ഓഫ് ദി ആമ സോൺസ് എന്നത് മാർബിളിൽ തീർത്തതാണ്. 1553ൽ അരെസ്സോയിൽ നിന്നു ലഭിച്ച മൂന്നു തലയുള്ള ഭീകരരൂപിയുടെ ശില്പവും അവിടെ കാണാം. സിറാമിക്സ് ശേഖരത്തിൽ എട്രൂസ്കാൻ പാത്രങ്ങളും മറ്റു വസ്തുക്കളും ധാരാളമുണ്ട്.

ഈജിപ്ഷ്യൻ മ്യൂസിയം കൂടി ഈ ചത്വരത്തിൽ കാണാം. ലൊറെയ്ൻ രാജവംശത്തിലെ ലിയോപോൾഡൊ രണ്ടാമന്റെ ഉത്തര വനുസരിച്ചാണ് ഈ മ്യൂസിയം സ്ഥാപിച്ചത്. 15,000ത്തിലേറെ പുരാ വസ്തുക്കൾ ഇവിടെ കാണാം. ഷെറി സ്റ്റോൺ സ്ലാബ്, ഹിപ്പൊ പ്പൊട്ടാമസ്, ഹെഡ് ഓഫ് ക്യൂൻ തുടങ്ങിയവ ശില്പങ്ങളുടെ കൂട്ടത്തി ലുണ്ട്.

ശിലായുഗത്തിലെ പുരാവസ്തുക്കൾ വരെ ശേഖരിച്ച മ്യൂസിയ മാണ് അതിനരികെ. 1946ലാണ് ഇത് സ്ഥാപിച്ചത്. യൂറോപ്പ്, ആഫ്രിക്ക, അമേരിക്ക, ഏഷ്യ എന്നീ ഭൂഖണ്ഡങ്ങളിൽനിന്നു കുഴിച്ചെടുത്ത സാധന ങ്ങൾ ഇവിടെ പ്രദർശിപ്പിച്ചിരിക്കുന്നു. കല്ലുകൊണ്ടും എല്ലുകൊണ്ടും ഉണ്ടാക്കിയ പ്രാചീന ആയുധങ്ങൾ ഇവിടെ കാണാം. കളിമണ്ണ്, വെങ്കലം, ചെമ്പ് എന്നിവകൊണ്ട് നിർമ്മിച്ച ആയുധങ്ങളും ഉണ്ട്. പണ്ടത്തെ വൃക്ഷ ങ്ങളുടെയും മൃഗങ്ങളുടെയും അവശിഷ്ടങ്ങളും സൂക്ഷിച്ചിരിക്കുന്നു.

നൂറ്റാണ്ടുകളായി ഫ്ളോറൻസിൽ ഉണ്ടായിക്കൊണ്ടിരിക്കുന്ന മാറ്റ ങ്ങളുടെ ചരിത്രരേഖകളുമായി ഒരു മ്യൂസിയം കൂടി ഇന്നിവിടെ കാണാം. ചരിത്രവുമായി ബന്ധപ്പെട്ട ഡ്രോയിംഗുകൾ, പ്രിന്റുകൾ, ഫോട്ടോകൾ മുതലായവയാണ് ഇവിടെയുള്ളത്. പത്തൊമ്പതാം നൂറ്റാണ്ടിലെ മനോ ഹരമായ പെയിന്റിംഗുകളും മ്യൂസിയത്തിനു മോടികൂട്ടുന്നു.

നഗരത്തിലെ ഏറ്റവും പഴയ ആശുപത്രിയാണ് പിയാസ എസ് മരിയ നോവ. ഇപ്പോഴും അത് പ്രവർത്തിക്കുന്നുണ്ട്. 1288ൽ ഫോൾകൊ പോർടിനാരി ഇതു സ്ഥാപിച്ചു. തുടക്കത്തിൽ രണ്ടു ഭാഗത്തായി 200

കിടക്കകളാണ് ആശുപത്രിയിൽ ഉണ്ടായിരുന്നത്. ഉൾവശത്ത് ധാരാളം ഫ്രെസ്കോ ചിത്രങ്ങളും ഒരുക്കിയിരിക്കുന്നു. 1400കളിൽ ആശുപത്രി വിപുലീകരിച്ചു. ആശുപത്രിയുടെ സ്ഥാപകനായ ഫോൾകോ പോർട്ടിനാരിയുടെ ശവകുടീരം ഇവിടെയുണ്ട്.

ജൂതന്മാരുടെ കലയും ചരിത്രവും പഠിക്കേണ്ടവർക്ക് ഇവിടത്തെ സിനഗോഗിൽ ചെന്നാൽ മതി. എം ഫാൽകിനി, വി മിച്ചേലി തുടങ്ങിയ ആർക്കിടെക്ടുമാരാണ് ഇത് രൂപകല്പന ചെയ്തത്. അകവശത്ത് ബൈസാന്റിയൻ, മൂറിഷ് സ്റ്റൈലിലുള്ള മൊസൈയ്ക് ചിത്രങ്ങൾ ഒരുക്കിയിരിക്കുന്നു. കലാചരിത്ര മ്യൂസിയത്തിൽ ജൂത ആഘോഷങ്ങൾക്കുപയോഗിച്ചിരുന്ന ആഭരണങ്ങളും മറ്റും പ്രദർശിപ്പിച്ചിട്ടുണ്ട്.

പത്തൊമ്പത്

പിയാസ എസ് ക്രോസെ ചത്വരം ഒരു സമുച്ചയമാണെന്നു പറയാം: മധ്യകാലത്ത് നിർമ്മിച്ചതാണ് ഈ ചത്വരം. ഫ്രാൻസിസ്കൻ പുരോഹിതരുടെ പ്രഭാഷണങ്ങൾ കേൾക്കുവാൻ ജനങ്ങൾ ഇവിടെ ഒത്തുകൂടിയിരുന്നു. ആഘോഷങ്ങൾ, വിനോദപരിപാടികൾ മുതലായവയും ഇവിടെ നടത്തപ്പെട്ടിരുന്നു. ചത്വരത്തിനു ചുറ്റും മനോഹരമായ നവോത്ഥാനകാല കൊട്ടാരങ്ങൾ ഇപ്പോഴും കാണാം. കൊസിമൊ ഒന്നാമന്റെ കാലത്തെ

പിയാസ എസ് ക്രോസെബസിലിക്ക.
ഫ്ളോറെന്റൈൻ ഗോഥിക് വാസ്തുകലയുടെ
മഹത്തായ ഉദാഹരണമാണിത്.

ആയുധശേഖരവും ഇവിടെയുണ്ട്. സോക്കർ ഫീൽഡിനെ വേർതിരിക്കുന്ന മാർബിൾ ഡിസ്കും താഴെ കാണാം.

ഫ്ളോറന്റെൻ ഗോഥിക് വാസ്തുകലയുടെ മഹത്തായ ഉദാഹരണമാണ് എസ് ക്രോസെ ബസിലിക്ക. 1294ൽ എ ഡി കാമ്പിയൊ പള്ളിയുടെ നിർമ്മാണത്തിനു തുടക്കം കുറിച്ചു. 1422ൽ പള്ളി വെഞ്ചരിക്കുകയും ചെയ്തു. പള്ളിയുടെ അകവശത്ത് 1566ൽ വാസരി കാര്യമായ മാറ്റങ്ങൾ വരുത്തി. 1874ൽ ബക്കാനി ബെൽ ടവറും സ്ഥാപിച്ചു.

ബസിലിക്കയുടെ നിയോ ഗോഥിക് മുഖപ്പ് എൻ മറ്റാസാണ് രൂപകല്പന ചെയ്തത്. മനുഷ്യരുടെയും സിംഹത്തിന്റെയും തലയുടെ ആകൃതിയുള്ള കല്ലുകൾ ഭിത്തിയിൽ പതിച്ചിരിക്കുന്നു. പള്ളിയുടെ അകവശം ഈജിപ്ഷ്യൻ ക്രോസിന്റെ ആകൃതിയിലുള്ളതാണ്. അഷ്ടഭുജ തൂണുകളുടെ മൂന്ന് അറകളായി അതു തിരിച്ചിരിക്കുന്നു. നടുവിലത്തെ മേൽത്തട്ടിനു മുകളിൽ ട്രസ്സാണുള്ളത്. പ്രമുഖ കുടുംബങ്ങളുടെ വകയായുള്ള നിരവധി ചാപ്പലുകൾ പരിസരത്തുണ്ട്. ഒരുകാലത്ത് പ്രശസ്ത വ്യക്തികളുടെയെല്ലാം കല്ലറകൾ ഇവിടെയാണു നിർമ്മിച്ചിരുന്നത്. കുടുംബക്കല്ലറകളുടെ നിരതന്നെ അവിടെയുണ്ട്.

പഴയകാലത്തെ കോൺവെന്റിനടുത്താണ് ഓപ്പറ ഡി എസ് ക്രോസെ മ്യൂസിയം. പള്ളിയിലെയും കോൺവെന്റിലെയും കൗതുക വസ്തുക്കൾ ഇവിടെ ശേഖരിച്ചിരിക്കുന്നു. പൂന്തോട്ടത്തിൽ എച്ച് മൂർ നിർമ്മിച്ച പടയാളിയുടെ ശില്പം ശ്രദ്ധേയമാണ്. അതിനടുത്ത മുറിയിൽ സിമാബു രൂപപ്പെടുത്തിയ ക്രൂസിഫിക്സും കാണാം. 1966ലെ വെള്ളപ്പൊക്കത്തിൽ ഇതിന് സാരമായ കേടുപാടുകൾ സംഭവിച്ചിരിക്കുന്നു. അതിന്റെ പശ്ചാത്തലത്തിൽ എ ഒർക്കാഗ വരച്ച ട്രയംഫ് ഓഫ് ഡെത്ത്, ലാസ്റ്റ് ജഡ്ജ്മെന്റ്, ഹെൽ എന്നീ വലിയ ഫ്രെസ്കോ ചിത്രങ്ങളുണ്ട്.

പിയാസ ഡി കാവലെഗിരി, ഫ്ളോറൻസിന്റെ നാഷണൽ ലൈബ്രറിയാണ്. വലിയ പുസ്തകശേഖരമാണ് ഇവിടെയുള്ളത്. ഈ പുസ്തകശേഖരം നിരത്തിവെച്ചാൽ ഏതാണ്ട് 105 കിലോമീറ്ററോളം ദൈർഘ്യം വരുമെന്നാണു കണക്ക്. ഇറ്റലിയിൽ പ്രസിദ്ധീകരിക്കുന്ന പുസ്തകങ്ങളുടെയെല്ലാം ഓരോ കോപ്പി ഇവിടെ സൂക്ഷിക്കുന്നുണ്ട്. ഗലീലിയോയുടെ ഓട്ടോഗ്രാഫ് ഇവിടത്തെ അപൂർവശേഖരങ്ങളിൽ ഒന്നാണ്.

ക്രൊണാക്ക രൂപകല്പന ചെയ്തതാണ് പാലസോ ഹോണെ. വസ്ത്രവ്യാപാരികളായിരുന്ന കോർസി കുടുംബക്കാരുടെ വകയായിരുന്നു ഇത്. 1900ൽ ഇംഗ്ലീഷുകാരനായ എച്ച്.പി. ഹോണെ വാങ്ങി. അദ്ദേഹം പ്രശസ്ത സാഹിത്യകാരൻ ഓസ്കാർ വൈൽഡിന്റെ സുഹൃത്തും

ഫ്ളോറന്റൈൻ കലയുടെ വലിയ ആരാധകനുമായിരുന്നു. നവോത്ഥാന കാല വീട് പുനർനിർമ്മിക്കുകയായിരുന്നു അദ്ദേഹത്തിന്റെ ലക്ഷ്യം. എച്ച്.പി ഹോണെ ഫൗണ്ടേഷൻ മ്യൂസിയം അവിടെ സ്ഥാപിതമായി. പെയിന്റിംഗുകൾ, ശില്പങ്ങൾ, ചില്ലുപകരണങ്ങൾ, നാണയങ്ങൾ, കൈയെഴുത്തുപ്രതികൾ, അച്ചടിച്ച പുസ്തകങ്ങൾ മുതലായവയെല്ലാം അവിടത്തെ ശേഖരത്തിൽ ഉൾപ്പെടുന്നു.

ബൊണാറൊറ്റി പ്രഭുവിന്റെ കൊട്ടാരമായ കാസാബോണാറൊറ്റി ഫ്ളോറൻസിലെ അപൂർവ വസ്തുക്കൾ സൂക്ഷിക്കുന്ന മ്യൂസിയമാണ്. മൈക്കലാഞ്ജലോയും ഒരുകാലത്ത് ഈ കൊട്ടാരത്തിൽ ജീവിച്ചിരുന്ന തിനാൽ അദ്ദേഹത്തിന്റെ കലാസൃഷ്ടികൾ ഇവിടത്തെ ശേഖരത്തിലുണ്ട്. കാസാ ബൊണാറൊറ്റി ഇൻസ്റ്റിറ്റ്യൂട്ട് ഇവിടെ പ്രവർത്തിക്കുന്നു. ഗവേ ഷണ വിദ്യാർത്ഥികൾക്കു ഗ്രന്ഥങ്ങളും രേഖകളും പരിശോധിക്കാം. മൈക്കലാഞ്ജലോയുടെ മാത്രം ഇരുനൂറിലേറെ ഡ്രോയിംഗുകൾ ഇവിടെ സൂക്ഷിച്ചിരിക്കുന്നു.

എസ് ഗിസപ്പെ ദേവാലയം തൊട്ടടുത്തുണ്ട്. അതിന് ഇരുവശത്തും ചാപ്പലുകളുമുണ്ട്. പ്രശസ്തരുടെ മനോഹരമായ പെയിന്റിംഗുകൾ ഇവിടെയും കാണാം. ബാർഗെല്ലോ നാഷണൽ മ്യൂസിയം സവിശേഷത അർഹിക്കുന്നു. ഇവിടെ ഒരു ക്യാപ്റ്റന്റെ ആസ്ഥാനമായിരുന്നു. പിന്നീടത് കൗൺസിൽ ഓഫ് ജസ്റ്റിസ് പ്രവർത്തിക്കാനുള്ള കേന്ദ്രമാക്കി. താമസിയാതെ അതു പൊലീസ് ആസ്ഥാനമായി മാറി. അതിനോടു ചേർന്നു ജയിലുകളും നിർമ്മിച്ചു. അവിടെ തൂക്കുമരങ്ങളുമുണ്ടായി രുന്നു. മ്യൂസിയമാക്കി മാറ്റിയതോടെ ലോകത്തിലെ തന്നെ സുപ്രധാന മ്യൂസിയങ്ങളിലൊന്നായി. ശില്പങ്ങളും ആയുധങ്ങളുമാണ് ഇവിടത്തെ പ്രധാന ആകർഷണീയത. ഇതിനോടനുബന്ധിച്ച് ഒരു പള്ളിയും പിന്നീട് നിലവിൽ വന്നു. പള്ളിയിൽ മനോഹരമായ ഫ്രെസ്കോ ചിത്രങ്ങളു മുണ്ട്.

മ്യൂസിയത്തിന്റെ പ്രവേശന കവാടത്തിൽകൂടി ആദ്യം എത്തുന്നത് 14-ാം നൂറ്റാണ്ടിലെ പുരാവസ്തുക്കളുടെ ശേഖരത്തിലേക്കാണ്. മഡോണയും കുഞ്ഞും പോലുള്ള അതുല്യ ശില്പങ്ങൾ അവിടെ കാണാം. ഹാളിൽനിന്ന് മൈക്കലാഞ്ജലോയുടെ ശേഖരത്തിലേക്കു കടക്കാം. അപൂർണമായ പിറ്റി ടോണ്ടോയാണ് ആദ്യം കാണുന്നത്. കന്യാമറിയവും യേശുവും സെന്റ് ജോണും ഉള്ള ചിത്രങ്ങൾ ഇവിടെ യുണ്ട്.

ഹാളിന്റെ മുകളിലായി മധ്യകാല ഫ്രെസ്കോ ചിത്രങ്ങളെ അടിസ്ഥാ നപ്പെടുത്തി 19-ാം നൂറ്റാണ്ടിൽ രൂപപ്പെടുത്തിയ സൃഷ്ടികളുടെ ശേഖര മുണ്ട്. മൃഗചിത്രങ്ങളുടെ നിരയും അതിലുൾപ്പെടുന്നു. അതിനടുത്താണ്

മ്യൂസിയത്തിന്റെ പ്രധാന കവാടത്തിലേക്കുള്ള
കോണിപ്പടിയിൽ മൈക്കലാഞ്ജലോ
തീർത്ത റിലീഫ് - മഡോണയും കുഞ്ഞും.

ജനറൽ കൗൺസിൽ ഹാൾ. 15-ാം നൂറ്റാണ്ടിലെ ഫ്ളോറന്റൈൻ ശില്പങ്ങൾക്കായി സമർപ്പിച്ചിരിക്കുന്നതാണ് ഈ ഹാൾ. ആ കാലഘട്ടത്തിലെ അതുല്യ ശില്പങ്ങൾ അവിടെ പ്രദർശിപ്പിച്ചിരിക്കുന്നു.

തുടർന്നുള്ള കാരാന്റ് ഹാളിൽ മൂവായിരത്തിലേറെ കലാവസ്തുക്കളുടെ ശേഖരമുണ്ട്. പേരു സൂചിപ്പിക്കുന്നതുപോലെ കാരാന്റിന്റേതാണ് ആ ശേഖരം. അതുകഴിഞ്ഞ് ഹാൾ ഓഫ് സ്മോൾ വർക്സും കാണാം. വെങ്കലത്തിൽ തീർത്ത കൊച്ചുശില്പങ്ങളാണ് ഇവിടെ നിറയെ. അതിനടുത്ത മുറിയിൽ ആയുധങ്ങളുടെ ശേഖരമാണുള്ളത്.

ബാദിയ ഫിയോറെന്റിന മതപരമായ കാര്യങ്ങൾക്കുള്ള ഒരു ചത്വരമാണിത്. 978ൽ തുടങ്ങിയതാണിത്.

ഇരുപത്

സമ്പന്നരുടെ വാസസ്ഥലങ്ങൾക്കടുത്താണ് പിസ്സാലെ മൈക്കലാഞ്ജലോ ചത്വരം. അവിടെ നിന്നാൽ നഗരത്തിന്റെ അമ്പരപ്പിക്കുന്ന കാഴ്ചകൾ കാണാം. 1871ൽ നിർമ്മിച്ച മൈക്കലാഞ്ജലോയുടെ ഒരു സ്മാരക മന്ദിരം ഇവിടെയുണ്ട്. അതിന്റെ അടിവശത്തായി ദാവീദിന്റെ ശില്പത്തിന്റെ ഒരു മാതൃക സ്ഥാപിച്ചിട്ടുണ്ട്. മൈക്കലാഞ്ജലോയുടെ സൃഷ്ടികൾ ശേഖരിച്ചുവയ്ക്കാനുള്ള സ്ഥലമായാണ് ഇതു നിർമ്മിച്ചത്.

ഫ്ളോറൻസിന്റെ ഔദ്യോഗിക പുഷ്പമാണ് ഐറിസ്പൂക്കൾ, 1955ൽ ആരംഭിച്ച ഈ ഗാർഡനിൽ മേയ് മാസത്തിൽ മാത്രമേ സന്ദർശകരെ പ്രവേശിപ്പിക്കൂ. പൂന്തോട്ടത്തിൽ 2500ലേറെ തരത്തിലുള്ള ഐറിസ്

മൈക്കലാഞ്ജലോ ചത്വരം: ഇവിടെനിന്നു
നോക്കിയാൽ ഫ്ളോറൻസ് നഗരം മുഴുവൻ കാണാം

പൂച്ചെടികളുണ്ട്. 1251 മുതൽ ഐറിസ് പൂവ് ഫ്ളോറൻസിന്റെ പ്രതീക മായി കണക്കാക്കുന്നു.

എസ് സാൽവതോർ അൽ മോണ്ടെ ചർച്ച് വളരെ അടുത്താണ്. കൃത്യമായി പറഞ്ഞാൽ ലോഗയ കഫെയുടെ പിറകിലായാണ് ആ ദേവാലയം. വശങ്ങളിലായി ധാരാളം ചാപ്പലുകളും നവീകരിച്ച രീതി യിൽ കാണാം. ഇടവശത്തെ അറയിൽ ജി ഡെല്ല റോബിയയുടെ തിള ങ്ങുന്ന ടെറാക്കോട്ടയിലുള്ള ഡീപൊസിഷൻ ഓഫ് ക്രൈസ്റ്റ് എന്ന കലാരൂപം കാണാം.

ഈ ചത്വരത്തിലെ ഏറ്റവും ആകർഷകമായ ദേവാലയമാണ് എസ് മിനിയാറ്റൊ അൽ മോണ്ടെ. റൊമാനെസ്ക്യൂ ചർച്ച് എസ് മിനിയാ റ്റോയ്ക്ക് ഇതു സമർപ്പിച്ചു. അവിടെ രക്തസാക്ഷിയായതാണ് ആ മത പ്രചാരകൻ. യുദ്ധകാലത്ത് പള്ളിക്കു ചുറ്റും പീരങ്കികൾ സ്ഥാപിച്ചിരുന്നു. കൂറ്റൻ പ്രവേശന കവാടങ്ങൾ ഇപ്പോഴുമുണ്ട്. പിന്നീട് പള്ളിയും അടു ത്തുള്ള വയാലെ ഡി കോളിയുമായി ബന്ധിപ്പിക്കുന്ന ഒരു സ്റ്റെയർകേസ് പോഗി രൂപകല്പന ചെയ്തു. പള്ളിയുടെ മുഖപ്പ് വെള്ളയും പച്ചയും മാർബിളിൽ രൂപപ്പെടുത്തിയിരിക്കുന്നു. ചെമ്പിൽ തീർത്ത പരുന്തിന്റെ ഒരു ശില്പവും അവിടെയുണ്ട്. ആർടെ ഡി കലിമാല ചർച്ചിന്റെ പ്രതീക മാണത്.

പള്ളിയുടെ അകവശം മൂന്നു തലത്തിലാണ് നിർമ്മിച്ചിരിക്കുന്നത്. താഴെ കല്ലറ, അതിനു മുകളിൽ പ്രധാന നില, മുകളിൽ ഉയർന്ന സഭാ തലം. അത് കോളങ്ങളുടെ സഹായത്തോടെ മൂന്ന് അറകളായി തിരിച്ചി രിക്കുന്നു. അകത്ത് നിറയെ അലങ്കാരങ്ങളും ഒരുക്കിയിരിക്കുന്നു. ഭിത്തി യിലെ അലങ്കാരങ്ങൾ 19-ാം നൂറ്റാണ്ടിലേതാണ്. മധ്യഭാഗത്തെ അറയുടെ പിറകിലായി മൈക്കലെസ്സോ നിർമിച്ച ക്രൂസിഫിക്സ് ചാപ്പൽ കാണാം. പിയെറോ മെഡിസിക്കുവേണ്ടി 1448ൽ ആണ് അത് നിർമ്മിച്ചത്.

പള്ളിയിലെ ഏറ്റവും പഴക്കമുള്ളതാണ് കല്ലറയിരിക്കുന്ന ഭാഗം. 36 ചെറിയ കോളങ്ങളിലാണ് കല്ലറകൾ നിർമ്മിച്ചിട്ടുള്ളത്. മാർബിൾ, ടെറാ ക്കോട്ട തുടങ്ങിയ വസ്തുക്കൾ നിർമാണത്തിന് ഉപയോഗിച്ചിരിക്കുന്നു. കല്ലറകളിൽ സുവർണ പശ്ചാത്തലത്തിൽ ഒരുക്കിയിരിക്കുന്ന ഫ്രെസ്കോ ചിത്രങ്ങൾ ടി ഗാഡിയ വരച്ചിരിക്കുന്നതാണ്.

പോർത്തുഗീസ് കർദിനാൾ വെർച്ച്യൂസിന്റെ മാർബിളിൽ തീർത്ത ശവകുടീരം കലാപരമായി ഒരുക്കിയത് റോസെല്ലിനോയും സഹോദര ന്മാരുമാണ്. ഭിത്തികളിൽ ഫ്രെസ്കോ ചിത്രങ്ങളുണ്ട്. അതിനടുത്ത ഹോളിഗേറ്റ്സ് സെമിത്തേരി പ്രമുഖ പ്രഭുകുടുംബങ്ങൾക്കായുള്ള താണ്.

ഫെർഡിനാന്റോ ഒന്നാമനുവേണ്ടി ബൂണോടാലന്റി നിർമ്മിച്ചതാണ് എസ് ഗിയോർഗിയോ ഫോർട്ടെ. നഗരത്തിനു പുറത്തുനിന്നുള്ള ആക്രമണങ്ങളെ പ്രതിരോധിക്കാനാണ് ഇത് നിർമ്മിച്ചത്. ഇന്നും ഈ കോട്ട അവിടെ കാണാം. ബൊബോളി ഗാർഡനുമായി ഇതു ബന്ധിപ്പിച്ചിരിക്കുന്നു.

ഒരു കാലത്ത് നഗരത്തിലേക്കുള്ള ചുറ്റുമതിലുകളിൽ പ്രധാനപ്പെട്ടതായിരുന്നു എസ് ജിയോർജിയോ ഗേറ്റ്. ഇതിലേയുള്ള വഴിയിൽ ഗലീലിയോയുടെ ഭവനം കാണാം. കുടുംബത്തിന്റേതായ സവിശേഷ അലങ്കാരങ്ങളും ആ ഭവനത്തിലുണ്ട്.

ധനികരായ കച്ചവടക്കാരായിരുന്ന ബാർഡിനി കുടുംബത്തിന്റെ മൂന്ന് വീടുകളുടെ സമുച്ചയമായ സ്റ്റെഫാനോ ബാർഡിനിയുടെ മുഴുവൻ ശേഖരവും ഫ്ളോറൻസിലെ മുനിസിപ്പാലിറ്റിയുടെ അധീനതയിലായി. വിവിധ കാലഘട്ടങ്ങളിലെ അലങ്കാരങ്ങൾകൊണ്ട് സമൃദ്ധമായിരുന്നു ആ വീടുകൾ. ഫ്ളോറൻസ് മുനിസിപ്പാലിറ്റിയാണത് ബാർഡിനി മ്യൂസിയമാക്കി മാറ്റിയത്. തൊട്ടടുത്തുള്ള ബാർഡിനി പൂന്തോട്ടം ഇറ്റാലിയൻ സ്റ്റൈലിലുള്ള പൂന്തോട്ടങ്ങളുടെ മികച്ച മാതൃകയായി എണ്ണപ്പെടുന്നു.

നിക്കോളോ ഗേറ്റ് അതിനു വളരെ അടുത്താണ്. പോഗിയാണത് ഒരുക്കിയത്. ഫ്ളോറൻസിലെ ആദ്യകാല ഗേറ്റുകളിൽ ഇന്നവശേഷിക്കുന്നതും ഇതുമാത്രം. ഇവിടെനിന്നു പോഗി നിർമ്മിച്ച ചവിട്ടുപടികൾ കയറി ജലധാരാ യന്ത്രങ്ങൾ പിന്നിട്ട് പിയാസലെ മൈക്കലാഞ്ജലോയിൽ എത്തിച്ചേരാം. എസ് മിനിയാറ്റോ പള്ളിയിലേക്കുള്ള പ്രവേശന മാർഗങ്ങളിലൊന്നായ മിനിയാറ്റോ ഗേറ്റ് ഫ്രാൻസിസ്കാൻസാണ് നിർമ്മിച്ചത്.

വില്ല ഡി പോഗിയോ ഇംപീരിയലെ ഓസ്ട്രിയയിലെ ഗ്രാന്റ് ഡച്ചസ് മരിയ മദ്ദലേനയ്ക്കു വേണ്ടി പാൻഗി നിർമ്മിച്ചതായിരുന്നു. ഈ വില്ലയിൽ മെഡിസി കുടുംബക്കാരും ലോറെയ്ൻ കുടുംബക്കാരും താമസിച്ചിരുന്നു. സാവോയ് വംശത്തിലെ വിക്ടോറിയോ ഇമ്മാനുവൽ രാജാവ് ഈ വില്ല പ്രഭു കുടുംബങ്ങളിലെ പെൺകുട്ടികൾക്കുള്ള ബോർഡിംഗ് സ്കൂളാക്കി മാറ്റി. യൂറോപ്പിൽ എല്ലായിടത്തുനിന്നും ഇവിടേക്ക് വിദ്യാർത്ഥിനികൾ എത്തി.

ഇരുപത്തിയൊന്ന്

നൂറ്റാണ്ടുകൾ പഴക്കമുള്ള ആയുധങ്ങളുടെയും വസ്ത്രങ്ങളുടെയും വിപുല ശേഖരമായ സ്റ്റിബെർട്ട് മ്യൂസിയം കാണേണ്ട കാഴ്ചയാണ്. നൂറ്റാണ്ടുകൾ പഴക്കമുള്ള ആയുധങ്ങളുടെയും വസ്ത്രങ്ങളുടെയും വിപുലമായ ശേഖരമാണ് അവിടെയുള്ളത്. ലോകത്തിൽതന്നെ ഇത്തരത്തിൽ മറ്റൊന്ന് ഉണ്ടാകാനിടയില്ല. ഫ്ളോറൻസിൽ ജനിച്ച ഫ്രെഡറിക് സ്റ്റിബർട്ട് ആണ് ഇതു സ്ഥാപിച്ചത്. ബിസിനസ്സുകാരനും എഴുത്തുകാരനും പെയിന്ററുമായിരുന്നു അദ്ദേഹം. 50,000ൽ ഏറെ പുരാവസ്തുക്കൾ ശേഖരിക്കാൻ അദ്ദേഹത്തിനു കഴിഞ്ഞു. അദ്ദേഹമത് ഫ്ളോറൻസിന് സംഭാവന ചെയ്തു. 1908ൽ തന്റെ ശേഖരം സൂക്ഷിക്കാനായി അദ്ദേഹം വീട് പുതുക്കിപ്പണിതു. അതിനുശേഷം പൊതുജനങ്ങൾക്കു പ്രവേശനവും അനുവദിച്ചു. ഇന്ന് ഈ മ്യൂസിയത്തിന് 60 മുറികളുണ്ട്. പ്രകൃതിമനോഹരമായ പ്രദേശത്താണ് മ്യൂസിയം സ്ഥിതി ചെയ്യുന്നത്.

ഓറിയന്റൽ ഹാൾ, കവാൽക്കേഡ് ഹാൾ, കോസ്റ്റ്യൂം ഹാൾ, എമ്പയർ ഹാൾ മുതലായ ഹാളുകളിലാണ് പുരാവസ്തുക്കൾ സൂക്ഷിച്ചിരിക്കുന്നത്. 1805ൽ നെപ്പോളിയൻ ബോണപ്പാർട്ട് രാജാവായി അധികാരമേൽക്കുമ്പോൾ ധരിച്ചിരുന്ന വസ്ത്രവും ശേഖരത്തിലുണ്ട്. ഗ്രാന്റ് കോസ്റ്റ്യൂം ഓഫ് ഇറ്റലി എന്നാണതറിയപ്പെടുന്നത്. അതുപോലുള്ള മറ്റ് പ്രമുഖരുടെ വസ്ത്രങ്ങളും ശേഖരത്തിൽ കാണാം.

ഗിയോവന്നി കോട്ട പെന്റഗൺ ആകൃതിയാണ്. ആ കോട്ടയ്ക്കു സമീപമാണ് റഷ്യൻ ഓർത്തഡോക്സ് ദേവാലയം. റഷ്യൻ പ്രിൻസസ് ഡെമിഡോഫിന്റെ സംഭാവനകൊണ്ടാണ് ഈ പള്ളി നിർമ്മിച്ചത്. ചതുരാകൃതിയിലാണ് നിർമ്മാണം. റഷ്യൻ സ്റ്റൈലിൽ വിവിധ നിറങ്ങളിലുള്ള സിറാമിക് പതിച്ച ഭിത്തിയും മുകളിൽ വെങ്കല കുരിശുകളുമുണ്ട്.

പിയാസ ഡെല്ല ലിബർട്ട ഫ്ളോറന്റൈൻ നവോത്ഥാന ശൈലിയിൽ പോഗി രൂപകല്പന ചെയ്തതാണ്. നടുവിലായി എസ് ഗാലോ ഗേറ്റ് കാണാം. സിംഹങ്ങളുടെ രൂപങ്ങളും 16–ാം നൂറ്റാണ്ടിലെ ഫ്രെസ്കോ ചിത്രങ്ങളും അലങ്കാരങ്ങളിൽ പെടുന്നു.

സ്റ്റിബെർട്ട് മ്യൂസിയം

സ്റ്റിബെർട്ട് മ്യൂസിയത്തിന്റെ 60 മുറികളിലായി അമ്പതിനായിരത്തിലേറെ പുരാവസ്തുക്കളായ ആയുധങ്ങളും വസ്ത്രങ്ങളും ശേഖരിച്ചിരിക്കുന്നു.

സാൽവി സമുച്ചയത്തിന്നടുത്താണ് മിച്ചലെ ചർച്ച്. സമുച്ചയത്തിൽ വലിയൊരു മ്യൂസിയവുമുണ്ട്. അത്യാകർഷകമാണ് മ്യൂസിയ പ്രദേശം. അതുല്യ പെയിന്റിംഗുകൾ അവിടെ കാണാം.

നഗരത്തിലെ ഏറ്റവും വലിയ പൊതു പാർക്കാണ് പാർകൊ ഡെല്ലെ കാസിനെ. മൂന്നു കിലോമീറ്ററിലേറെ ദൂരത്തിൽ അത് വ്യാപിച്ചുകിടക്കുന്നു. 118 ഹെക്ടറാണ് അതിന്റെ വിസ്തൃതി. 1500കളിൽ മെഡിസി രാജകുടുംബം ഈ സ്ഥലത്ത് കന്നുകാലികളെ വളർത്തുന്നതിനുള്ള ഫാമുകൾ സ്ഥാപിച്ചിരുന്നു. പിന്നീട് ധാരാളം മരങ്ങൾ നട്ടുപിടിപ്പിക്കുകയും ബൊട്ടാണിക്കൽ ഗാർഡൻ ഒരുക്കുകയും ചെയ്തു. വരിയായി വച്ചുപിടിപ്പിച്ചിരുന്ന മരങ്ങൾക്കിടയിൽ പാർട്ടികളും സംഘടിപ്പിച്ചിരുന്നു.

അത് പിന്നീട് പൊതുജനങ്ങൾക്ക് തുറന്നുകൊടുത്തു. സ്വിമ്മിംഗ് പൂൾ, ഹോഴ്സ് റെയ്സിംഗ് കോഴ്സുകൾ, ടെന്നിസ് കോർട്ടുകൾ, ആംഫി തിയറ്റർ മുതലായവയും അവിടെ ഒരുക്കിയിരുന്നു. പിയാസലെ ഡെല്ലെ കാസിലെക്ക് മുന്നിൽ കന്നുകാലികളുടെ തലകൾ അലങ്കരിച്ചുവെച്ച ചെറിയൊരു കെട്ടിടം കാണാം. പിയെട്രോ ലിയോപോൾഡൊ 1787ൽ രൂപകല്പന ചെയ്തതാണിത്. ഇപ്പോഴത് യൂണിവേഴ്സിറ്റിയുടെ ഫാക്കൽറ്റി ഓഫ് അഗ്രികൾച്ചറിന്റേയും കൂടാതെ ഫോറസ്റ്റ് സയൻസിന്റെയും ഗവേഷണ കേന്ദ്രം കൂടിയാണ്.

സ്ട്രോസി അൽ ബോസ്ചെറ്റോ വില്ലയുടെ ചുറ്റും പാർക്കാണ്. അടിമാരി കുടുംബത്തിന്റെ ഉടമസ്ഥതയിലായിരുന്നു അതാദ്യം. 1500കളിൽ അത് സ്ട്രോസി കുടുംബത്തിന്റെ അധീനതയിലായി. പാർക്കും ജലധാരകളും മറ്റ് അലങ്കാരങ്ങളും ഒരുക്കിയത് അവരാണ്. രണ്ടാം ലോകയുദ്ധകാലത്ത് ജർമൻസേന ഇവിടെ തമ്പടിച്ചു. ഇന്ന് ഈ വില്ല ഫ്ളോറൻസ് മുനിസിപ്പാലിറ്റിയുടെ കൈവശത്തിലാണ്. പൊതുപാർക്ക്, തിയറ്റർ, യൂണിവേഴ്സിറ്റി തുടങ്ങിയവ ഇവിടെ പ്രവർത്തിക്കുന്നു.

ഇരുപത്തിരണ്ട്

ഫ്ളോറൻസിലെ പ്രധാന കേന്ദ്രങ്ങളെല്ലാം കണ്ടുകഴിഞ്ഞു. ഇനി ഫ്ളോറൻസിനു ചുറ്റുപാടുമുള്ള കാഴ്ചകളാണ്. ഡൊമിനിക്കൻ പുരോഹിതൻ ഗിയോവന്നി ബാസിനി സ്ഥാപിച്ച എസ് ഡൊമിനിക്കോ കോൺവെന്റ്, ബാദിയ മധ്യകാലത്തെ കന്യാസ്ത്രീ മഠമായ ബാദിയ ഫിയെസോലാന, ഫിയെസോൾ പട്ടണം, പിയെസാ മിനൊ ഡ ഫിയെസോൾ, എസ് റൊമോളോ കത്തീഡ്രൽ, ബാന്ദിനി മ്യൂസിയം, ആർക്കിയോളജിക്കൽ ഏരിയ, പ്രിമൊ കോണ്ടി ഫൗണ്ടേഷൻ, സെന്റ് ഫ്രാൻസിസ് ഹിൽ, ഫുട്ബോൾ മ്യൂസിയം, ഗലൂസൊ ചാർട്ടർഹൗസ്, വില്ല ഡെമിഡോഫ് - പ്രാറ്റോളിനോ, കൂടാതെ പാർക്ക് മുതലായവ കൂടി കണ്ടാലേ ഫ്ളോറൻസ് കാഴ്ചകൾ പൂർത്തിയാവൂ.

ഡൊമിനിക്കൊ കോൺവെന്റ് ആദ്യം കാണാം. ഡൊമിനിക്കൻ പുരോഹിതൻ ഗിയോവന്നി ബാസിനിയാണതു സ്ഥാപിച്ചത്. കോൺവെന്റിൽ നിറയെ പെയിന്റിംഗുകളാണ്. മഡോണയും കുഞ്ഞും പ്രാർത്ഥിക്കുന്ന മാലാഖമാർ, ബർണബാസിലെ പുണ്യവാന്മാർ, ഡൊമിനിക്, അക്വിനാസിലെ തോമസ്, പീറ്റർ മാർട്ടിയർ എന്നീ പ്രശസ്തമായ ചിത്രങ്ങൾ അവിടെ സൂക്ഷിച്ചിരിക്കുന്നു.

ബാദിയ ഫിയെസോലാന എന്ന കന്യാസ്ത്രീ മഠം സെന്റ് റോമുലസ് കൊല്ലപ്പെട്ട സ്ഥലത്താണ് നിർമ്മിച്ചിരിക്കുന്നത്. റോമനസ്ക്യൂ രീതിയിൽ വെള്ളയും പച്ചയും മാർബിൾ കൊണ്ടു നിർമ്മിച്ച മുഖപ്പ് അപൂർണമായി കാണാം. അകവശത്തെ അൾത്താരയിൽ മനോഹരമായ പെയിന്റിംഗുകളുണ്ട്.

ആർനൊ, മാഗ്നോൺ എന്നീ താഴ്വരകൾക്ക് അഭിമുഖമായി നിലകൊള്ളുന്ന പട്ടണമാണ് ഫിയെസോൾ, പുരാതന എട്രൂസ്കാൻ, റോമൻകാർ എന്നിവരുടെ സുപ്രധാന താവളമായിരുന്നു ഈ പട്ടണം. മെഡിസി കുടുംബത്തിന് ഏറെ പ്രിയപ്പെട്ട പ്രദേശമായിരുന്നു ഇത്. 1700കളിൽ അതിമനോഹരമായി ഇത് സംരക്ഷിക്കപ്പെട്ടു. ഫ്ളോറൻസിലെത്തുന്ന വിദേശികൾ നിർബന്ധമായും ഈ സ്ഥലം സന്ദർശിച്ചിരുന്നു.

അക്കാലത്ത് അവർക്കു താമസിക്കാൻ ആകർഷകമായ നിരവധി വില്ല കളും ഇവിടെയുണ്ടായിരുന്നു.

ഇതിനു വലതുവശത്ത് ഗ്രാൻഡിയോസ് സെമിനാരി കാണാം. ബിഷപ്സ് പാലസൊയും അടുത്തുണ്ട്. വടക്കുഭാഗത്ത് ഡുവോമോ സ്ഥിതിചെയ്യുന്നു. കിഴക്കുവശത്ത് 14-ാം നൂറ്റാണ്ടിൽ പാലസൊ പ്രിട്ടോ റിയോ നിർമ്മിച്ചു. ഇപ്പോൾ ഇവിടെ ടൗൺഹാളാണ്. അതിനടുത്തായി എസ് മരിയ പ്രിമേറന പള്ളി.

റൊമോളോ കത്തീഡ്രൽ ദേവാലയത്തെ താങ്ങിനിർത്തുന്ന കല്ലു കൊണ്ടുള്ള കോളങ്ങളാണ്. അതിനു താഴെ കല്ലറകൾ.

ബാന്ദിനി മ്യൂസിയം ദൂരെയല്ല. ആഞ്ജലോ മരിയ ബാന്ദിനിയുടെ ശേഖരം ഇവിടെയാണ്. പെയിന്റിംഗുകളും ശില്പങ്ങളുമാണ് പ്രധാന മായി ഇവിടെ കാണാനുള്ളത്.

ആർക്കിയോളജിക്കൽ ഏരിയ പുരാവസ്തുപ്രേമികളെ ആകർ ഷിക്കും. അവിടെ ഇപ്പോഴും ഉപയോഗിക്കുന്ന വലിയൊരു തിയറ്ററുണ്ട്. 34 മീറ്റർ വ്യാസമുള്ള തിയേറ്ററിൽ 3000 പേർക്ക് ഇരിക്കാം. മലഞ്ചെരി വിൽ സ്ഥിതിചെയ്യുന്ന തിയറ്റർ നാലു ഭാഗങ്ങളായി തിരിച്ചിരിക്കുന്നു. മൂന്നു നിര ചവിട്ടുപടികളുമുണ്ട്. സ്റ്റേജും കർട്ടനുമൊക്കെ സ്ഥിരമായി സെറ്റ് ചെയ്തിരിക്കുന്നു.

അഗസ്റ്റസിന്റെ കാലത്തുള്ളതാണിത്. ബിസി ഒന്നാം നൂറ്റാണ്ടിലെ തീപ്പിടിത്തത്തിനുശേഷം ഇത് പുനർനിർമ്മിച്ച് റോമൻ ദേവാലയവും ഇവിടെ കാണാം. അതിനടുത്തായി ഒരു എട്രൂസ്കാൻ ദേവാലയവും സ്ഥിതിചെയ്യുന്നു. ബിസി 3-ാം നൂറ്റാണ്ടിലേതാണിത്. ഇതിന്റെ പല ഭാഗങ്ങളും ഇന്നത്തെ സിവിക് മ്യൂസിയത്തിൽ സ്ഥാനം പിടിച്ചിരി ക്കുന്നു.

1873ലാണ് സിവിക് മ്യൂസിയം സ്ഥാപിച്ചത്. എട്രൂസ്കാൻ, റോമൻ കാലഘട്ടങ്ങളിലേയും മധ്യകാലത്തേയും പുരാവസ്തുക്കൾ ഇവിടെ ശേഖരിച്ചിരിക്കുന്നു.

എട്രൂസ്കാൻ ശവക്കല്ലറകൾക്കു ചില സവിശേഷതകളുണ്ട്. മനുഷ്യ രുടെയും മൃഗങ്ങളുടെയും മറ്റും വെങ്കല ശില്പങ്ങളും അക്കൂട്ടത്തിൽ കാണാം. ചില്ലുകൊണ്ടുള്ള വീഞ്ഞുപാത്രങ്ങളുമുണ്ട്. അതുപോലെ നൃത്തം ചെയ്യുന്നതും വേട്ടയാടുന്നതുമായ ചിത്രങ്ങളും ഈ ശവകുടീര ങ്ങളിൽ നിർമ്മിച്ചുവച്ചിരിക്കുന്നു. നിരവധി സിറാമിക് കാഴ്ചവസ്തുക്കളും കാണാം.

പ്രിമൊ കോണ്ടി ഫൗണ്ടേഷൻ ഈയിടെ (1988ൽ) അന്തരിച്ച ചിത്ര കാരൻ പ്രിമൊ കോണ്ടിയുടെ ശേഖരമാണ്. അദ്ദേഹത്തെ അടക്കം ചെയ്ത ചാപ്പലിലുമുണ്ട് നിരവധി ചിത്രങ്ങൾ.

സെന്റ് ഫ്രാൻസിസ് മല കയറി ചെന്നാൽ 'റിമമ്പറൻസ് ഗാർഡൻ' കാണാം. ഫ്ളോറൻസിന്റെ മനം കവരുന്ന ആകാശക്കാഴ്ച അവിടെ നിന്നു നോക്കിയാൽ കാണാം. വീണ്ടും മുകളിലേക്കു കയറിയാൽ പുരാതന എട്രൂസ്കാൻ-റോമൻ താവളങ്ങളിലെത്തും. ആത്മീയകേന്ദ്ര ങ്ങൾ ഇവിടെ ധാരാളമുണ്ട്. എസ് അലസാന്ദ്രോ ബസിലിക്ക, എസ് ഫ്രാൻസിസ്കോ ചർച്ച്, എസ് സിസിലിയ ചർച്ച് തുടങ്ങിയവ അക്കൂട്ട ത്തിൽപെടുന്നു. ഫ്രാൻസിസ്കോ ദേവാലയമാണ് ഏറ്റവും ആകർഷ ണീയം. 1300കളിൽ ഫ്ളോറന്റൈൻ കന്യാസ്ത്രീകൾക്കുവേണ്ടിയാണ് ഇത് നിർമ്മിച്ചത്. അടുത്ത നൂറ്റാണ്ടിൽ അത് ഫ്രാൻസിസ്കൻ വിഭാഗ ക്കാർക്കു ലഭിച്ചു. 1900ൽ പുനർനിർമ്മിച്ചപ്പോൾ 15-ാം നൂറ്റാണ്ടിലെ മുഖപ്പ് അതുപോലെ സംരക്ഷിച്ചുനിർത്തി. ദേവാലയത്തിനടുത്ത് എത്ത്നോ ഗ്രാഫി മിഷനറി മ്യൂസിയവുമുണ്ട്. അവിടെ ഈജിപ്ഷ്യൻ മമ്മിയും സൂക്ഷിച്ചിരിക്കുന്നു.

ഫുട്ബോൾ (സോക്കർ കളി) ചരിത്രം രേഖപ്പെടുത്തുന്നതിന് ഒരു മ്യൂസിയം ഇവിടെ കാണാം. ഫുട്ബോൾ മ്യൂസിയത്തിൽ പഴയകാലം മുതലുള്ള ഫുട്ബോളുകൾ, ഷർട്ടുകൾ, സ്കാർഫുകൾ എന്നിവയും വേൾഡ് കപ്പ് മത്സരങ്ങളിൽ ലഭിച്ച കപ്പുകളും ഒളിമ്പിക്, യൂറോപ്യൻ ചാമ്പ്യൻഷിപ്പ് എന്നിവയിൽ നേടിയ ട്രോഫികളും ശേഖരിച്ചുവച്ചിരി ക്കുന്നു. ഫോട്ടോകളുടെയും വീഡിയോകളുടെയും മികച്ച ഒരു വിഭാഗ വുമുണ്ട്. മ്യൂസിയത്തിനടുത്താണ് ഇറ്റാലിയൻ ഫുട്ബോൾ ഫെഡറേ ഷൻ ടെക്നിക്കൽ സെന്റർ. പ്രധാന മത്സരങ്ങൾക്കുമുമ്പ് താരങ്ങൾ അവിടെ ഒത്തുകൂടുന്നു.

പ്രശസ്തമായ കന്യാസ്ത്രീമഠമാണ് ഗലൂസൊ ചാർട്ടർഹൗസ്. 1342ൽ എൻ ആക്സിയോളിയാണ് ഇതു നിർമ്മിച്ചത്. ഫ്രഞ്ച് അധിനിവേശത്തി നുശേഷം ഇവിടെ അഞ്ഞൂറിലേറെ കലാവസ്തുക്കളോടെ ഒരു ലൈബ്രറി സ്ഥാപിച്ചു. ഇന്നത് പൂർണമായി നശിച്ചിരിക്കുന്നു. എസ് ലോറൻസൊ ചർച്ചും മോങ്ക്സ് ചർച്ചും ഈ സമുച്ചയത്തിന്റെ ഭാഗമാണ്. പള്ളികൾക്കു ള്ളിൽ നിരവധി ചിത്രങ്ങളുണ്ട്.

ഫ്ളോറൻസ് പ്രവിശ്യയുടെ ഭാഗമായ വലിയ പാർക്കിനടുത്താണ് വില്ല ഡെമിഡോഫ്. 1568ൽ വില്ല നിർമ്മിക്കാനും പാർക്കിനും ജലധാ രയും ശില്പങ്ങളും ഒരുക്കാനും ഫ്രാൻസിസ്കോ ഒന്നാമൻ ഡി മെഡിസി ഈ സ്ഥലം വാങ്ങി. തുടർന്നുള്ള വർഷങ്ങളിൽ ഫ്ളോറൻസിലെ സാംസ്കാരിക കാര്യങ്ങൾക്കുള്ള ഏറ്റവും പ്രധാനപ്പെട്ട കേന്ദ്രമായി ഇതു മാറി. 1824ൽ ലോറെയ്ൻ രാജവംശം വില്ല പൊളിച്ചുകളഞ്ഞു. എന്നാൽ പാർക്ക് അപ്പോഴുമുണ്ട്. സാവൊയി കുടുംബക്കാരിൽനിന്ന് 1872ൽ അതു വാങ്ങിയ ഡെമിഡോഫ് കുടുംബക്കാർ അവിടെ പുതിയ വില്ല നിർമ്മിച്ചു.

വില്ലയ്ക്കടുത്ത് ജലധാരയും ശില്പങ്ങളും അവർ സ്ഥാപിക്കുകയും ചെയ്തു.

ഫ്ളോറൻസ് കലാകാരന്മാരും കലാസ്വാദകരും കണ്ടിരിക്കേണ്ട സ്ഥലമാണെന്നു വ്യക്തമായല്ലോ. റോം വരെ വിമാനത്തിലെത്തി അവിടെ നിന്നു ബുള്ളറ്റ് ട്രെയിനിൽ ഫ്ളോറൻസിൽ എത്തുന്നതായിരിക്കും ഉചിതം. ഇന്റർനെറ്റിൽ നേരത്തെ തന്നെ ഒരു ഹോട്ടൽ ബുക്ക് ചെയ്യുന്നതു നന്നായിരിക്കും. ബ്രെഡും ബ്രേക്ക്ഫാസ്റ്റും മാത്രം കിട്ടുന്ന താമസകേന്ദ്രങ്ങൾ ഒട്ടേറെയുണ്ട്. അതും നേരത്തെ ബുക്ക് ചെയ്യാനായാൽ നന്നായി.

സഞ്ചാരികൾക്ക് ഏറ്റവും പ്രിയപ്പെട്ട കാഴ്ചയായിരിക്കും ഈ രാജ്യത്തിലേക്കുള്ള യാത്രയെന്ന് തീർച്ചയാണ്. ജീവിതത്തിലെ ഏറ്റവും നല്ല അനുഭവവുമായിരിക്കും അത്.

www.ingramcontent.com/pod-product-compliance
Lightning Source LLC
LaVergne TN
LVHW041539070526
838199LV00046B/1737
* 9 7 8 9 3 8 7 3 3 1 2 3 5 *